ந. பிச்சமூர்த்தி
தேர்ந்தெடுத்த கவிதைகள்

ந. பிச்சமூர்த்தி

தேர்ந்தெடுத்த கவிதைகள்

சுகுமாரன் (பி. 1957)

தொகுப்பாசிரியர்

கோவையில் பிறந்தவர். அச்சிதழ், தொலைக்காட்சி, நூல் வெளியீட்டுத் துறைகளில் பணியாற்றியவர். கவிஞர், கட்டுரையாளர், நாவலாசிரியர், மொழிபெயர்ப்பாளர். காலச்சுவடு இதழின் பொறுப்பாசிரியர். கனடா தமிழ் இலக்கியத் தோட்டம், கோவை கொடீசியா அமைப்பு ஆகியவற்றின் வாழ்நாள் சாதனையாளருக்கான இயல் விருது, புத்தகத் திருவிழா விருதுகளை 2016, 2023ஆம் ஆண்டுகளில் பெற்றார்.

மின்னஞ்சல்: nsukumaran@gmail.com

ந. பிச்சமூர்த்தி
தேர்ந்தெடுத்த கவிதைகள்

தொகுப்பாசிரியர்
சுகுமாரன்

காலச்சுவடு பதிப்பகம்

● அன்பார்ந்த வாசகருக்கு,

வணக்கம்.

காலச்சுவடு நூலை வாங்கியமைக்கு நன்றி.

நூலின் உள்ளடக்கம், உருவாக்கம், அட்டைப்படம் இன்ன பிற அம்சங்கள் பற்றிய உங்கள் கருத்துகளையும் ஆலோசனைகளையும் காலச்சுவடு வரவேற்கிறது. தகவல், எழுத்து, வாக்கியப் பிழைகள் தென்பட்டால் அவசியம் தெரிவித்து உதவுங்கள். நூல் தயாரிப்பில் கடும் குறைபாடு இருப்பின் மாற்றுப் பிரதி உங்களுக்குக் கிடைக்கக் காலச்சுவடு ஏற்பாடு செய்யும்.

மின்னஞ்சல்: **publisher@kalachuvadu.com**

காலச்சுவடு நாகர்கோவில் அலுவலகத்திற்குக் கடிதம் அனுப்பலாம்.

தங்கள்
எஸ்.ஆர். சுந்தரம் (கண்ணன்)
பதிப்பாளர் — நிர்வாக இயக்குநர்

ந. பிச்சமூர்த்தி: தேர்ந்தெடுத்த கவிதைகள் ♦ ஆசிரியர்: ந. பிச்சமூர்த்தி ♦ தொகுப்பாசிரியர்: சுகுமாரன் ♦ முதல் பதிப்பு: டிசம்பர் 2024 ♦ வெளியீடு: காலச்சுவடு பப்ளிகேஷன்ஸ் (பி) லிட்., 669, கே.பி. சாலை, நாகர்கோவில் 629001

காலச்சுவடு பதிப்பக வெளியீடு: 1328

na. piccamuurtti: Selected Poems ♦ Author: N. Pichamurthy ♦ Compiler: Sukumaran ♦ Language: Tamil ♦ First Edition: December 2024 ♦ Size: Demy 1 x 8 ♦ Paper: 18.6 kg maplitho ♦ Pages: 136

Published by Kalachuvadu Publications Pvt. Ltd., 669 K.P. Road, Nagercoil 629001, India ✻ Phone: 91-4652-278525 ✻ e-mail: publications @kalachuvadu.com ✻ Printed at Adyar Students xerox Pvt. Ltd., No. 275 Habibullah Road, Triplicane high Road, Opp Triplicane Post Office, Triplicane, Chennai 600005

ISBN: 978-93-6110-532-6

12/2024/S. No. 1328, kcp 5471, 18.6 (1) rss

பொருளடக்கம்

முன்னுரை: வாழ்வழகும் கலையழகும்	9
காதல்	15
தீக்குளி	16
ஒளியின் அழைப்பு	17
கிளிக்குஞ்சு	19
கிளிக்கூண்டு	21
கொம்பும் கிணறும்	23
இருளும் ஒளியும்	24
உலகின் ஆதிகாலம்: முதல் இரவு	24
சாகுருவி	30
காற்றாடி	31
காகித ரோஜா	33
தாயும் குஞ்சும்	35
அக்னி	40
உயிர்மகள்	45
வேட்கை	60
பெட்டிக்கடை நாரணன்	61
ஞானி	65

ஆத்தூரான் முட்டை	66
பூக்காரி	68
விஞ்ஞானி	71
கிறுக்கன்	73
சுமைதாங்கி	75
லீலை	77
போலி	78
திறவுகோல்	79
மணல்	81
கண்டவை	83
கலை	84
காதல்	85
காட்டு வாத்து	87
கைவல்ய வீதி	92
கொக்கு	94
வழித்துணை	95
சிணுக்கம்	108
காலண்டர்	110
தேசப்பறவை	112
தேவாங்கு	114
அழகினை அழைத்தவர் ந. பிச்சமூர்த்தி கவிதைகள்: ஓர் உரையாடல்	115

முன்னுரை

வாழ்வழகும் கலையழகும்

காலச்சுவடு தமிழ் கிளாசிக் கவிதை வரிசையில் வெளிவரும் நான்காவது நூல் இது. ந. பிச்சமூர்த்தியின் தேர்ந்தெடுத்த முப்பத்தியாறு கவிதைகளின் தொகுப்பு. அநேகமாக அவரது குறிப்பிடத் தகுந்த கவிதைகளைத் தொகுப்பு உள்ளடக்கியுள்ளதாகச் சொல்லலாம். இந்தத் தேர்ந்தெடுத்த கவிதைகளை மையப்படுத்தி நண்பர் யுவன் சந்திரசேகரும் நானும் மேற்கொண்ட உரையாடல் நூலின் இன்னொரு பகுதியாக இடம் பெற்றுள்ளது. ஒலிப்பதிவு செய்யப்பட்டுச் சில ஆண்டுகள் தாமதத்துக்குப் பிறகே எழுத்து வடிவம் பெற்றிருக்கிறது.

ந. பிச்சமூர்த்தி எழுதிய கவிதைகள் வெவ்வேறு காலங்களில் தனித் தொகுப்புகளாக வெளிவந்திருக்கின்றன. அவர் வாழ்ந்த காலத்தி லேயே ‘காட்டு வாத்து’, ‘வழித்துணை’ ஆகிய தொகுப்புகள் ‘எழுத்து’ பிரசுர வெளியீடுகளாக வந்தன. இவற்றில் இடம் பெற்றிருந்த எழுபத்தைந்து கவிதைகளும் இணைந்து ‘ந. பிசசமூரததி கவிதைகள்’ என்ற தொகுப்பு எழுத்து பிரசுர வெளியீடாக 1975 இல் சி.சு. செல்லப்பாவால் வெளியிடப்பட்டது. இதன் பின்னர் எழுதியவற்றையும் விடுபட்ட கவிதைகளையும் சேர்த்து ‘ந. பிச்சமூத்தி கவிதைகள்’ என்ற தலைப்பிலேயே விரிவான முன்னுரையுடன் ‘க்ரியா’ வெளியீடாக சி.சு. செல்லப்பா 1985இல் வெளியிட்டார். ந. பிச்சமூர்த்தி கவிதைகளுக்கான முழுத் தொகுப்பாகவும் அதிகாரப்பூர்வமான பதிப்பாகவும் இந்த நூலையே கருத வேண்டும்,

காலச்சுவடு வெளியீடாக வரும் இந்தத் தொகுப்பிலுள்ள கவிதைகள் க்ரியா பதிப்பை ஆதாரமாகக் கொண்டே தேர்ந்தெடுக்கப் பட்டுள்ளன.

க்ரியா வெளியிட்ட 'ந. பிச்சமூர்த்தி கவிதைகள்' தொகுப்பை 2000இல் மதி நிலையம் மறுபதிப்புச் செய்திருக்கிறது. அதே ஆண்டு, பிச்சமூர்த்தியின் நூற்றாண்டைச் சிறப்பிக்கும் வகையில் 'ந. பிச்சமூர்த்தி தேர்ந்தெடுத்த கவிதைகள்' தொகுப்பைக் கவிஞர் ஞானக்கூத்தன் சாகித்திய அகாதெமி வாயிலாகக் கொண்டுவந்தார். இந்த நூலின் ஆக்கத்தில் மேற்சொன்ன தொகுப்புகள் துணைபுரிந்திருக்கின்றன.

'புதுக்கவிதையின் தந்தை' என்பது தற்காலத் தமிழ் இலக்கிய வரலாற்றில் ந. பிச்சமூர்த்திக்கு அளிக்கப்பட்டிருக்கும் இடம். சிறுகதைகளும் கட்டுரைகளும் நாடகங்களும் எழுதியிருந்தாலும் அவரது கவிதைப் பங்களிப்பே விதந்தும் விரிவாகவும் பேசப்பட்டிருக்கிறது. 'பாரதிக்குப் பின் பிறந்தார் பாடை கட்டி வச்சிட்டார். ஆரதட்டிச் சொல்வார்' என்று பாரதிக்குப் பிந்தைய கவிதைச் சூழலைப் பற்றி அதிருப்தியுடன் சுட்டிக்காட்டினார் புதுமைப்பித்தன். ந. பிச்சமூர்த்தியின் மாற்று முயற்சிகள் அந்தச் சூழலில் புதிய திசையைக் காட்டின. 1934ஆம் ஆண்டு மணிக்கொடி இதழில் அவர் எழுதிய 'காதல்' என்ற கவிதை புது நோக்கிலான கவிதையை முன் மொழிந்தது. தொடர்ந்து அவர் எழுதிய கவிதைகள் இந்த நோக்கை உறுதிப்படுத்தின. அவரே பின்னாளில் குறிப்பிட்டதுபோல ஆடு தாண்டும் காவேரியாக இருந்த புதிய கவிதையோட்டம் அகண்ட காவேரியாகப் பெருக்கெடுக்க அந்தக் கவிதைகள் வழிகோலின. தனது புது எத்தனங்களை ஆரம்பத்தில் வசன கவிதை என்றே ந. பிச்சமூர்த்தி குறிப்பிட்டிருக்கிறார், 1934-36 வரையான ஆண்டுகளில் அவர் எழுதிய கவிதைகள் வசன கவிதைகள் என்றே அழைக்கப்பட்டன. 36க்குப் பிறகு அவரது கவிதைகள் எதுவும் இதழ்களில் வெளியாகவில்லை. ஏறத்தாழ இருபது ஆண்டுகளுக்குப் பிறகு 1959இல் சி.சு. செல்லப்பாவின் *எழுத்து* இதழில் பிச்சமூர்த்தியின் கவிதைகள் இடம் பெற்றன. ஆரம்பத்தில் முந்தைய இதழ்களில் வெளியான கவிதைகள் மறு பிரசுரமாயின. தொடர்ந்து அவரது புதிய கவிதைகளும். எழுத்து இதழில் வெளியான கவிதைகள் பிறருக்கும் உந்துதல் அளித்துப் புதிய கவிதைகள் உருவாகக் காரணமாயின. பிச்சமூர்த்தியைப் பின் தொடர்ந்து புதிய கவிஞர்கள் அறிமுகமானார்கள். இந்த அறிமுகமே வசன கவிதைக்குப் புதுக் கவிதை என்ற பெயரையும் புதிய போக்குக்கு இயக்கத்தையும் அளித்தன. ந. பிச்சமூர்த்திக்குப் புதுக்கவிதையின் தந்தை என்ற தகுதியையும் வழங்கின.

கு.ப.ரா.வின் கவிதைகளைப் பதிப்பித்துள்ள நண்பர் பெருமாள்முருகன் இது தொடர்பாக மாற்றுக் கருத்தொன்றை முன்வைக்கிறார். 'ந. பிச்சமூர்த்தியைத் தொடர்ந்து கு.ப.ரா. கவிதைகள் எழுதினார் என்னும் கிளிப் பேச்சு மறு பரிசீலனைக்கு உரியது. ந. பிச்சமூர்த்தி தமிழ்ப் புதுக்கவிதையின் தந்தையாக நிலைபெற்றுவிட்டார். அதை அசைப்பது அவ்வளவு எளிதல்ல என்பதை உணர்கிறேன். எனினும் முன்னோடியாக கு.ப.ராவுக்கு உரிய இடத்தை வழங்க வேண்டும். ந. பிச்சமூர்த்திக்கு முன்னரே கவிதைகள் எழுத ஆரம்பித்தவர் கு.ப.ரா. என்பது உண்மை. பிரசுரங்களும் ஒரே சமயத்தில் நடந்திருக்கின்றன' என்று குறிப்பிடுகிறார். ('கருவளையும் கையும்' கு.ப.ரா. கவிதைகள், *பக்: 11, காலச்சுவடு பதிப்பகம் 2022)*

பெருமாள்முருகன் குறிப்பிடும் கு.ப.ரா.வின் ஆக்கம் 'கவிதை' என்ற தலைப்பில் *மணிக்கொடி* செப்டம்பர் 1934 இதழில் வெளியாகியிருக்கிறது. ந. பிச்சமூர்த்தியின் 'காதல்' கவிதையும் அதே பத்திரிகையின் டிசம்பர் இதழில் வெளிவந்திருக்கிறது. இந்த வெளியீட்டுத் தகவலை ஆதாரமாகக் கொண்டே பெருமாள் முருகன் தனது கருத்தை முன்னிருத்துகிறார். மேலதிகமாக, பிச்சமூர்த்திக்கு முன்பே கு.ப.ரா. கவிதை முயற்சிகளில் ஈடுபட்டிருந்தார் என்றும் குறிப்பிடுகிறார். '1921ஆம் வருஷத்தில் ராஜகோபாலன் கும்பகோணம் காலேஜில் சேர வந்த பொழுது ஒரு நோட்டுப் புஸ்தகம் கொண்டு வந்திருந்தான். அவ்வளவும் கவிதைகள்' என்ற ந. பிச்சமூர்த்தியின் கட்டுரையையே சான்றாகக் காட்டுகிறார். 'அவை அனைத்தும் ஆங்கிலத்தில் எழுதப்பட்ட கவிதைகள். அவைகளில் பல பின்னர் புனர்ஜன்மம் எடுத்துத் தமிழில் வந்தன' என்று அதே கட்டுரையில் கூறப்படுகிறது. முன்னரே கு.ப.ரா.வுக்குக் கவிதையில் ஈடுபாடு இருந்ததையும் ந. பிச்சமூர்த்தியின் வசன கவிதை வெளியாவதற்கு முன்பே கு.ப.ரா.வின் வசன கவிதை வெளியாகிருந்ததையும் முன்னிட்டு அவரே புதுக் கவிதையின் முன்னோடி என்ற கருத்தைப் பெருமாள் முருகன் நிறுவுகிறார். கு.ப.ராவும் தானும் ஒரே சமயத்தில் யாப்பில்லாத கவிதைகளை எழுதுவதில் ஈடுபாடு கொண்டிருந்ததாகச் சொல்லும் பிச்சமூர்த்தி 'நான்தான் முதல் முதலில் ஆரம்பித்தேன் என்று கூச்சமில்லாமல் சொல்வேன்' என்றும் அழுத்தமாகக் குறிப்பிடுகிறார். இந்தத் தகவல்கள் எதுவும் புதுக்கவிதையின் முன்னோடிகளில் கு.ப.ரா.வும் ஒருவர் என்பதை மறுப்பவையல்ல என்று உறுதியாக நம்புகிறேன்.

காலத்தின் பகடை உருட்டலில் நிகழ்ந்த இடமாற்றம் இந்த உரிமை கோரலுக்குக் காரணம். ஒரே சமயத்தில் புதுக் கவிதை முயற்சிகளை மேற்கொண்டவர்களில் ஆயுகப்

பற்றாக்குறையால் கு.ப.ரா. கவிதைகள் எண்ணிக்கையில் குறைவாகவே வெளியாகியுள்ளன. தீர்க்க ஆயுசு காரணமாக பிச்சமூர்த்தி கவிதைகள் கூடுதலான எண்ணிக்கையில் வாசிக்கக் கிடைத்திருக்கின்றன. ஒருவேளை கு.ப.ரா.வின் வாழ்நாள் நீடித்திருக்குமானால் அவரது பெருவிருப்பத்தை நிறைவேற்றிக் கொள்ளும் எண்ணிக்கையில் கவிதைகளை எழுதியுமிருக்கலாம்.

எதுவானாலும் புதுக்கவிதையின் தந்தைக்குரிய இடத்தைப் பற்றிய விசனம் இலக்கிய வரலாற்றை ஆய்பவருக்கு உரியது; கவிதையியல் மீது அக்கறையுள்ள ஆர்வலருக்கோ கவிதை நடைமுறையாளருக்கோ உரியது அல்ல என்று எண்ணுகிறேன். இந்தத் தொகுப்புக்கான கவிதைகளைத் தேர்ந்தெடுத்த தருணத்திலும் உரையாடலை நடத்திய சந்தர்ப்பத்திலும் உடன் நிகழ்வாக ஓடிய சிந்தனைகளையே இங்கே பதிவு செய்திருக் கிறேன். மாறாகப் புதுக் கவிதையின் பிறப்பு மர்மத்தைத் துப்புத் துலக்கும் நோக்கத்தில் அல்ல. தவிர, வெளியீட்டுத் தேதியை மட்டுமே வைத்து ஒரு புது இயக்கத்தின் தோற்றத்தைத் தீர்மானிக்க முடியுமென்று நம்ப விரும்பவில்லை. அந்த இயக்கத்தின் வளர்ச்சியையும் போக்கையும் வைத்தே அதன் முன்னோடிகளை நாம் இனங்காணக்கூடும்.

ந. பிச்சமூர்த்தியைப் புதுக் கவிதையின் தந்தை என்று ஏற்றுக் கொண்டிருப்பது அவரது கவிதை முன்பே எழுதப்பட்டதால் மட்டுமல்ல என்பது என் எண்ணம். புதுக்கவிதைக்கு இயக்கத்தின் இயல்பையும் தொடர்ச்சியையும் அவரே அளித்தார் என்பதனா லும்தான். பிச்சமூர்த்தியின் கவிதையால் தூண்டப்பட்டுக் கவிதையாக்கத்தில் ஈடுபட்ட பின்னவர்களின் பங்களிப்பும் சேர்ந்தே அவரது தந்தைமையை உறுதிப்படுத்தியிருக்கின்றன. *எழுத்து* இதழில் வெளியான பிரமிளின் ஆரம்பக் காலக் கவிதைகளும் தி.சோ. வேணுகோபாலன், கே.ராஜகோபால் (பசப்பல் தொகுப்பு) கவிதைகளும் சி. மணி, சி.சு. செல்லப்பா, வல்லிக்கண்ணன் ஆகியோர் கவிதைகளும் உருவத்திலும் மொழிதலிலும் பிச்சமூர்த்தி கவிதைகளின் தாக்கத்தால் உருவானவை எனலாம். ஆனால் கு.ப.ரா.வின் கவிதைகளின் செல்வாக்கை வெளிப்படுத்தும் வகையில் பின் தொடர்ந்தவர்கள் அனேகமாக எவரும் இல்லை என்பதையும் காண முடியும். ஓர் இலக்கிய இயக்கம் முன்னோடி களால் மட்டுமல்ல அதைப் பின்பற்றுபவர்களாலும்தான் நிலைபெறுகிறது. பாரதியைப் பின் தொடர்ந்த ச.து.சு. யோகி, திரிலோக சீதாராம், பாரதிதாசனைப் பின்தொடர்ந்த முடியரசன் முதல் குலோத்துங்கன் வரையான கவிஞர்களை இதற்குச் சான்றாகக் காட்ட இயலும். புதுக்கவிதையை வெஜிடபிள்

பிரியாணியுடனும் கோவேறு கழுதையுடனும் ஒப்பிட்ட புதுமைப்பித்தன் கண்டடைந்த கவிதை வடிவம் ரகுநாதனிடமும் கு. அழகிரிசாமியிடமும் செயல்படுவதைக் கூடுதல் சான்றாகச் சொல்லலாம்.

தமிழின் முதல் வசன கவிதை என்று பெருமாள்முருகன் ஊகிக்கும் கு.ப.ரா.வின் 'கவிதை'யை அணிமிகுந்த வசனமாகவே கருதுகிறேன். இதற்கு இணையானவற்றைப் பிற்காலத்தில் மனநிழல் என்ற புதுவடிவத்தில் ந. பிச்சமூர்த்தியே எழுதியுள்ளார் என்பதையும் நினைவில் கொள்ளலாம். அவற்றைக் கட்டுரைகள் என்றே வகைப்படுத்துகிறார். கு.ப.ரா.வின் வசன கவிதையை அண்மையில் வாசித்தபோது அதன் பாதிப்பு மூலத்தையும் உணர நேர்ந்தது. அது ரவீந்திர நாத் தாகூரின் 'தோட்டக்காரன்' (தி கார்டனர்) நூலிலுள்ள வசன கவிதைகளின் சாயலைக் கொண்டிருப்பது புலப்பட்டது. 'ஸம்ஸ்கிருத கவிகளில் வால்மீகியும் காளிதாசனும் பவபூதியும் மேல் நாட்டு ஆசிரியர்களில் கவி கீட்ஸும் ஷெல்லியும் நார்வே நாடகாசிரியர் ஹென்றிக் இப்சனும் நவீன கவிகளில் டாகுரும் அவன் மனதை மலரச் செய்தவர்கள்' என்று ந. பிச்சமூர்த்தி (ந. பிச்சமூர்த்தி கட்டுரைகள்) குறிப்பிடுகிறார். தாகூர் தந்த மலர்ச்சியின் விளைவு என்று 'முதல் வசன கவிதை'யைக் கருதுவது பிழையாகாது. 'அப்பத்தைத் தின்றால் போதும், குழியை எண்ண வேண்டாம், என்றொரு மலையாளப் பழமொழி இருக்கிறது. குழியை எண்ணுவது ஆய்வாளரின் கடமை. அப்பத்தின் சுவையை நுகர்வதே கவிதை வாசகரின் பணி.

இன்று கவிதையில் செயல்படும் புதிய தலைமுறைக் கவிஞர்கள் இடையில் புதுக் கவிதையின் தோற்றமும் வளர்ச்சியும் பற்றிய பொதுத் தகவல்கள்கூடப் பேசப்படும் வாய்ப்பு இல்லை. புதுக் கவிதையின் தந்தை யார் என்ற கேள்வி எழவும் தேவையில்லை. ந. பிச்சமூர்த்தியை அவர்கள் அறியாமல் இருக்கலாம். அவரது ஒரு கவிதையைக்கூட வாசிக்காமல் இருக்கலாம். முந்தைய கவிதையாக்க முறையைத் தெரிந்துகொள்ளாமலே கவிதை எழுதிக் கவனம் பெறவும் முடியும். எனினும் அவர்களது கவிதையாக்க முறையில் உயிரணுவாக ந. பிச்சமூர்த்தி இருப்பார். அவர்களது இன்றைய கவிதையில் முன்னோடியின் அணுவளவு செல்வாக்காவது மறைமுகமாகக் கலந்து இருக்கும்.

பொதுவாக, இலக்கியத்தின், குறிப்பாகக் கவிதையின் உயிர் இயல்பு இது. எந்தத் தலைமுறையைச் சேர்ந்தவரானாலும் அவர் இந்த மொழியில் சேகரமாகியிருக்கும் இலக்கிய மொழியையே, இங்கே கவிதை மொழியையே பின் தொடர்கிறார். அதன்

தாக்கத்திலிருந்து தனக்கான கவிதை மொழியைக் கண்டடைகிறார். அப்படிக் கண்டடைபவரின் ஆக்கங்களே பொது உணர்வில் புரிந்துகொள்ளப்படுகிறது. கவிதையாக ஏற்கப்படுகிறது. ந. பிச்சமூர்த்தியை ஓர் எடுத்துக்காட்டாகக் கொண்டே இதை விளக்கலாம். 'காதல்' என்ற பிச்சமூர்த்தியின் முதல் கவிதை முன்னுதாரணமில்லாதது என்று சொல்லப்படுகிறது. ஆனால் தமிழ்க் கவிதையை அவதானிக்கும் ஒருவர் அதில் சங்கப் பாடலின் பாதிப்பைக் காண்பது எளிது. அதுவே மொழியின் வலிமை. அந்த வலிமையை உணர்வதும் உணர்த்துவதுமே கவிதையின் முதன்மையான பணி. இந்த இலக்கிய ரகசியத்தைப் பகிர்ந்து கொள்ளவே இந்தத் தேர்வும் அதன் மீதான உரையாடலும்.

ஓடும் நதி நீரில் நேற்றைய தண்ணீரோ இன்றைய தண்ணீரோ இல்லை. அது பெருகியோடும் காலமற்ற ஓட்டம். கவிதையும் அப்படித்தான். இல்லையா?

○

நண்பர் யுவன் சந்திரசேகரும் நானும் 2022 செப்டம்பர் 6, 7 ஆகிய நாட்களில் ந. பிச்சமூர்த்தி கவிதைகள் மீதான உரையாடலை மேற்கொண்டோம். உரையாடலை நடத்துவதற்காகவே அட்டப்பாடி, சத் தர்ஷனில் தங்கினோம். அந்தத் தங்கலுக்கு உதவி உபசரித்தவர் நண்பர் ஆனந்த குமார். ஒலிப்பதிவு செய்யப் பட்ட உரையாடலைக் கேட்டு எழுதி இறுதி வடிவமளித்தவர் நண்பர் விக்னேஷ் ஹரிஹரன். நூலாக்கத்தைச் செய்தவர்கள் இரா. ஹெமிலாவும் கலா முருகனும். மெய்ப்புப் பார்த்து உதவியவர்கள் நண்பர்கள் எஸ். செந்தில்குமார், செந்தூரன். முகப்பை வடிவமைத்தவர் மகேஷ். இவர்கள் அனைவருக்கும் மிக்க நன்றி.

கோயம்புத்தூர்   சுகுமாரன்
1 டிசம்பர் 2024

காதல்

மாந்தோப்பு வஸந்தத்தின் பட்டாடை உடுத்திருக்கிறது.
மலர்கள் வாசம் கமழ்கிறது.
மரத்திலிருந்து ஆண்குயில் கத்துகிறது.
என்ன மதுரம்! என்ன துயரம்!
ஆண்குயில் சொல்லுகிறது:
காதற் கனல் பெருக்கெடுத்துவிட்டது;
கரைகள் உடைந்துபோயின;
நெஞ்சத்தின் வேர்கள் கருகுகின்றன.
குயிலி! காதல் நீரை வார்த்துத் தீயை அணைப்பாய்,
கருகிய வேர்களுக்கு உயிரை ஊட்டுவாய்
க்காவூ. . . க்காவூ. . .

அடுத்த கொல்லையில் எதிர்க்குரல் –
பெண்குயில் கூவுகிறது.
என்ன சோகம்! என்ன இனிமை!
பெண்குயில் சொல்லுகிறது;
தனிமை உயிரைத் தணலாக்கிவிட்டது;
தணல் உன் குரலால் ஜ்வாலையாகிறது.
என் நெருப்பு உன் நெருப்பை அணைக்குமா?. . .
காதல் தீர்வதைவிட இக்கிளர்ச்சியே போதை.
இத்துன்பமே இன்பம்.
குயிலா! நெருப்பை வளர்ப்போம்.
க்காவூ உ. . . க்காவூஉ.

காதல் தெய்வம் காற்றொலியுடன் கலந்து சொல்லுகிறது;
ஒன்றுபட்டால் ஓய்வுண்டாகும், தேக்கமுண்டாகும்,
கலந்தால் கசப்பு உண்டாகும்;
காதற்குரல் கட்டிப் போகும். . .

பிரிவினையின் இன்பம் இணையற்றது.
தெரியாமலா ஈசனும் இயற்கையும் ஓடிப் பிடிக்கிறார்கள்?
தெய்வ லீலையை உரக்கச் சொல்லு.
க்காவூ. . . க்காவூஉ. . .

தீக்குளி

அட கதையே!
விளக்குப் பூச்சியா மாய்வதற்கு உதாரணம்?
இதோ ஒரு சிறகு பொசுங்குகிறது.
போகட்டும் என்று சுற்றுகிறது.
இதோ மற்றொன்றும்.
விடேன் என்ற சங்கற்பம்;
தீயில் குளிப்பேன் என்ற உயிராசை.
சக்தி தூண்ட, துணிவு பொங்க,
நகர்ந்தேனும் சுடரண்டை செல்லுகிறது.
அதோ சென்று விட்டது!
அதான் உருமாற்றும் தெய்வமுயற்சி –
அத்வைத சாதனை.
ஜோதியின் அகண்டம் ஜீவாணுவை அழைக்கிறது.
லயம்!
விட்டிலின் உடல் சாம்பலாகிவிட்டது.
விட்டிலா மாய்வதற்கு உதாரணம்?

ந. பிச்சமூர்த்தி

ஒளியின் அழைப்பு

1

இதோ விரிந்து வளரும் மரம்.
பட்டப் பகலில் இரவைக் காட்டும் அதன் நிழல்.
மரத்தடியில் ஒரு கமுகு –
ரத்தம் செத்த சோனிக் கமுகு.
சோனியாவானேன்?
அதான் வாழ்க்கைப் போர்!
பெரு மரத்துப் பெரும் பசி,
கபந்தன் தேவை;
சிறுமரத்தின் தலையில் கைவைத்துவிட்டது.
ஏழைக் கமுகு தன் பங்கை –
ஒளி, வெளி, காற்று, நீர் அவ்வளவையும் –
பறி கொடுத்து நிற்கிறது.
பெரு மரம் பிடுங்கிக் கொண்டது.
அதான் வாழ்க்கைப் போர்!
கமுகு நோஞ்சலாகாமல் என்ன செய்யும்?
அதற்காக விதியென்று பேசி செங்குத்தாய் வளருமோ?
தியாகம் செய்தேனென்று புண்யம் பேசுமோ?
அட பிதற்றலே!
விதியைப் போற்றினால் தமஸில் உழலலாம்
பிறந்த இடத்தில் வளர்வேனென்றால் சாவை உண்ணலாம்
ஆ! கமுகறியும் வளர்ச்சியின் மந்திரம். . . . .

2

திரும்பப் பார்
எதோ நாட்டம் கொண்டு சோனிக் கமுகுகூட
எப்படிக் குறுக்கே படருகிறது!
என்ன ஆசை! பேராசை!
பிறவி இருளைத் துளைத்து,
சூழ்வின் நிழலை வெறுத்து முகமுயர்த்தி,
எப்படி விண்ணின்று வழியும் ஒளியமுதைத் தேடிப் போகிறது.
ரவியின் கோடானுகோடி விரல்களின் அழைப்பிற் கிணங்கி
எப்படி உடலை நெளித்து நீட்டி, வளைத்து வளருகிறது!

எப்படி அமிருதத்தை நம்பி, ஒளியை வேண்டி
பெரு மரத்துடன் சிறு கமுகு போட்டியிடுகிறது!
அதான் வாழ்க்கைப் போர்!
முண்டி மோதும் துணிவே இன்பம்.
உயிரின் முயற்சியே வாழ்வின் மலர்ச்சி.

3

நானும் ஒரு கமுகு, சோனிக் கமுகு!
சூழவும் எவ்வளவு பெரிய, பழைய முதிய இருட்டு!
பழமை என்ற பிரமையில் அரையொளியில்,
பொய்களின் பிணங்கள் எப்படி உயிருடன் நடிக்கின்றன!
அறிவின் சுயேச்சையை
அமுக்குப் பிசாசுகள் எப்படி சிறைப்படுத்திவிட்டன!
எப்படி சுவடிகளின் குவியல்
வசிக்கும் இடத்தைப் பறித்துக் கொண்டன!
எலும்பு தெரியும் ஏழ்மை
எவ்வளவு ஏங்கி ஏங்கி அழுகிறது!
நோயின் புலிக்குரல் எப்படி அஞ்ச வைக்கிறது!
உலகம் பொய், சாவு மெய்
என்ற எவ்வளவு சாஸ்திரீயப் புலம்பல்!
பின் சோனியாகாமல் என்னாவேன்?

4

பரவாயில்லை விடேன்...
சோனியானா லென்ன?
போர் என்ற சங்கு முழங்குகிறது.
அழகின் சிரிப்பு அண்டமாய்ப் பிறந்திருக்கிறது.
அகண்ட ஒளி அனாதியாய் மலர்ந்திருக்கிறது.
அழகும் அத்யாத்மமும் அழைக்கின்றன.
ஜீவா! விழியை உயர்த்து.
சூழ்வின் இருள் என்ன செய்யும்?
அமுதத்தை நம்பு.
ஒளியை நாடு.
கமுகு பெற்ற வெற்றி நமக்கும் கூடும்.
சூழ்வின் இருள் என்ன செய்யும்?

கிளிக்குஞ்சு

1

கூட்டிலிருக்கும் கிளிக்குஞ்சே!
கண்மூடி ஏங்காதே.
உன் பஞ்சரம் சிறையல்ல.
கம்பிகள் இறகின் வைரியல்ல.
பஞ்சரமாகாப் பெரு வெளியில்
உனக்கு வைரி அநந்தம்.
நீயோ வெறும் குஞ்சு.
கிளியே! பொய்க் கதையை நம்பாதே.
ஒளிப்பெருக்கில் நீந்த வயதடைய வேண்டாமா?
இறகும் நெஞ்சும் விரிய வேண்டாமா?
கிளியே! கூடு சிறையல்ல. . .

2

மனக்கிளியே! ஏங்கி விழாதே.
சந்நியாசியின் மலட்டு வார்த்தையை ஏற்காதே.
உடல் பஞ்சரமல்ல.
புலன்கள் பஞ்சரத்தின் கம்பியல்ல –
வெளியும் ஒளியும் நுழையும் பலகணி,
தெய்வப் பேச்சு கேட்கும் காது.
தெய்வ லீலையைப் பார்!
அதோ வானத்துக் கோவை போல் பரிதி தொங்குகிறான்!
மலரின் மூச்சிலிருந்து மாட்டின் குமுறல் வரையில்,
மணலின் சுழலிலிருந்து கிரஹத்தின் சலனம் வரையில்,
நாதமே அசைகிறது,
குரல் கொடுக்கிறது. . .

3

மனமே! காய்கனிகளின் ரஸமே தெவிட்டா அமுதம்
மலர்களின் மணமே தெய்வ வாசனை.
ஸ்பரிசமே தெய்வத் தீண்டல்.
பார்வையே ஒளியின் அலை.
உலகின் ஒலிகளே பரத்தின் நாதம்...
மனமே! புலன்கள் தளையல்ல;
விடுதலைக் கால்வாய்.
அவைகளுக்கு சக்தி தந்தவன் ஈசன் –
அவனை அறிய,
ஆதி அழகில் மூழ்கி எழ.

கிளியே! ஈசனே ஊனாய், உருவாய் மலர்ந்திருக்கிறான்.
புலன்களொரு ஏணி.
ஏணியைத் தூற்றாதே.
ஏணியும் ஈசன்,
அதன் நுனியில் காணும் ஒளி நாடும் ஈசன்.
மனமே! உடல் பஞ்சரமல்ல
புலன்கள் கம்பியல்ல...

கிளிக்கூண்டு

இருளின் மடல்கள் குவிந்தன,
வானத்து ஜவந்திகள் மின்னின,
காவிரி நாணல்கள் காற்றில் மயங்கின.
மேற்கே சுடலையின் ஓயாத மூச்சு,
காலன் செய் ஹோமத்தில் உடல் நெய்யாகும் காட்சி
கிழக்கே பெண்களின் மட்டற்ற பேச்சு.
கட்டற்ற சிரிப்பு.
காவிரி மணலில் குழந்தைகள் கும்மாளம். . .

குழந்தைகள் சொல்லினர்;
பொழுது சாய்ந்தது பெற்றோரும் சீறுவர்,
ஜலத்தைத் தெளித்து மணலைக் குவி,
கூண்டைக் கட்டி வாயிலைத் திற,
கிளி வந்து அடையும்.
கோவைப்பழ மூக்கும் பாசிமணிக் கண்ணும்,
சிவப்புக் கோட்டுக் கழுத்தும் வேப்பிலை வாலும்,
ஆ! காலையில் கூண்டுக்குள் எப்படி விழிக்கும்!
காலையில் வருவோம், கிளியைப் பிடிப்போம். . .

வாழ்க்கையும் காவிரி,
அதிலெங்கும் கிளிக்கூண்டு,
நானொன்று கட்டினேன்.
வார்த்தையே மணல், ஓசையே ஜலம்
என் தீராத வேட்கையே குவிக்கும் விரல்கள்;
பாட்டென்னும் கூண்டொன்றமைத்தேன்,
அழ கென்னும் கிளியை அழைத்தேன். . .

காலையில் கதவுகள் கிழக்கில் திறக்கவும்,
ஒளியாற்றில் செம்மேக மாதுகள் குளிக்கவும்,
மரங்களின் ஓசை மதுரமாய் மிதக்கவும்
கண் காணாக் கரிச்சான்கள்
களியேறிப் பாடின. . .

குழந்தைகள் வந்தனர், கூண்டையும் கண்டனர்,
கிளியினைக் காணார்.
இரு குழந்தைகள் வருந்தினர்,
'இரவில் கிளி வந்து இறகை ஒடுக்கியும்
இடமில்லை யென்றே பறந்து போய்விட்டது,
சுவட்டினைப் பாராய்!
பல குழந்தைகள் பல் காட்டி இளித்தனர்.
'கிளியேது சுவடேது, மூடரே!'

மாலையில் எழுதிய பாட்டை
காலையில் எழுந்து நான் படித்தேன்...
அலைபடு நிழலில் பிம்பம் தெரியுமா?
மணல் கூண்டில் கிளிவந்து நுழையுமா?
உள்ளத்தின் வேட்கை வார்த்தையில் தோணுமா?
ஆ! ஆசை அழைத்தால் போதுமா?
அழகென்ன மீனா?
ஓசையின் தூண்டிலில் சிக்குமா?...

சில பெரியோர்கள் இரங்கினர்;
நன்னூல் தெரியாத நண்பா!
இதென்ன பைத்யம்!
வயிற்றையும் வாழ்க்கையும் விட்டு
காசையும் காலமும் போக்கி
சொல்லொடு மன்றாடும் அடிமுட்டாள்,
பிழைக்கத் தெரியாத பெரும்பித்து!
இதென்ன பைத்யம்!

பல சிறியோர்கள் புகழ்ந்தனர்;
அட பித்தே!
தொட்ட வார்த்தையில் தங்கத்தைத் தேக்கினாய்,
தொடாத தந்தியில் ஒலியை எழுப்பினாய்
எண்ணாத உள்ளத்தில் எழிலினை ஊற்றினாய்,
அழகின் அம்பை வார்த்தையில் பூட்டினாய்,
அழகுப் பித்தே வாழ்க
சிறியோர்கள் வார்த்தையைப் போற்றினேன்,
பெரியோர்கள் இரங்கலைத் தள்ளினேன்.
ஆறெங்கும் கிளிக்கூண்டு கட்டுவேன்,
அழகினை அழைப்பேன்
எந்நாளும் –

ந. பிச்சமூர்த்தி

கொம்பும் கிணறும்

அணில் கொம்பிலே, ஆமை கிணற்றிலே!
கொம்பேறி வான்போகும் வேலையும்
கீழ்நோக்கி நீரில்மூழ்கி வசித்தலும்
ஒவ்வாத தொழிலல்ல பெண்ணே!
தென்னை மரமேறித் தேங்காய் பிடுங்குவோன்
கிணற்றிலும் மூழ்கிப் பாத்திரம் எடுக்கிறான்...

நாங்களோ கலைஞர்!
ஆமைபோல் உணர்ச்சியின்
கிணற்றில் அமிழ்வோம்;
முதுகோடு கொண்டு விதியை எதிர்ப்போம்.
கீழுலகேழும் தயங்காது இறங்கி,
ஜீவன்கள் லீலையில் கூசாது கலப்போம்.
அணிலைப்போல் கொம்பேறி
ஒளிக்கனி கடிப்போம்.
காலையின் மேலேறி
செம்மலர் உதிர்ப்போம்.
மேலுலகேழும் படகோட்டிச் செல்வோம்
வான்பொருள் தேடித் தெருக்களில் தருவோம்.
கொம்பையும் கிணற்றையும் பிணைப்போம்.
விசும்பிலும் வீட்டிலும் களிப்போம்...

இருளும் ஒளியும்
உலகின் ஆதிகாலம்: முதல் இரவு

மனிதர்கள்:

    பரிதிக் கதிர் பரவி நிற்க
    மர நிழலில் சுகித்திருந்தோம்.
    இரவில் ஒளி ஏற்றும் வேலை
    வந்ததேனோ விரைவினிலே!
    பரவி நிற்கும் பாரினிலே
    தேங்கி நின்ற பகலொளியும் –
    காணாது போன தென்ன?
    கனலாது அவிந்த தென்ன?
    பாய்ந்து வந்த பால் பசுவும்
    தடம் கெட்டுத் தொலைந்த தென்ன?
    பறந்து வந்த பொன் பருந்து
    சிறகொடுக்கிச் சோர்ந்த தென்ன?
    இருளெங்கும் சூழ்ந்த தென்ன?
    உயிரெங்கும் ஓய்ந்த தென்ன?
    பொன்னொளி புதைந்த தெங்கே?
    போன வெயில் புகுந்த தெங்கே?
    பாழு நெஞ்சம் பதைக்கு தையோ!
    இந்திரனை இறைஞ்சிக் கேட்போம்.

        'வருகவே, இந்திரா!
        தருகவே வெற்றி.
        மறையவோ வெய்யில்
        மடியவோ நாங்கள்?
        மதுவினைப் பருகி,
        ஒளியினை மீட்டு,
        விண்ணின் விளக்கை
        விடுதலை செய்திடு.
        வருகவே இந்திரா!
        தருகவே. தெளிவு!'

ந. பிச்சமூர்த்தி

பிரார்த்தனையின் பெரும் வலியால்
பெருமை கொண்ட இந்திரனும்,
சோமபானம் செய்து விட்டு,
ரிபுக்கள் செய்த பொன் ரதத்தில்,
இடி மின்னல் அதிர் வெடிகள்

எதிரொலித்து ஓசை செய்ய,
ஏழ் குதிரை சேர்த் திணக்கிப்
போர்க் கோலம் பூண்டெழுந்தான்.
பேரவையின் பெருந் தலைவன்
போர்க் கோலம் பூண் டெழவே,
பேசாமல் மருத்துப் படை
மூவேழும் புரண் டெழுந்து,
பொன் ஈட்டி, பொன் பரசு,
பூ மாலை கவச முடன்
தம் தேரை முன் நிறுத்தித்
தாரைபோல் எக்களித்தார்.

மருத்துகள்:

போர் வேண்டிப் புறப்பட்டீர்,
அறிவீரோ பகைவன் இடம்?
ஒளித்திருட்டுச் செய் வயிரி
இருள் மலையில் துள்ளுகிறான்;
விருத்திரனாம் வெம் அசுரன்
வாய்வீச்சு வீசுகிறான்.
அகி என்னும் இருள் அரவைக்
காவல் வைத்தான் ஒளி – மணிக்கு,
இச்செய்தி கேட்ட இந்திரன்
உதிரம் கொதித் தெழவே,
துவஸ்திராவின் கைத் திறத்தால்
தோன்றிய வெம் வச்சிரத்தை
வேகமாக வாங்கி வீசிப்
போர்க்கதியில் பாய்ந்துவிட்டான்.

காடு மலை எல்லாம்
மருத்துக்கள் மோத
கலவரத்தில் காற்றுகள்
அரிமா போல் உறும;

பேய்க்காற்றில் மரமெல்லாம்
பயிர்கள் போல் சாய;
போரொலிகள் பாரெங்கும்
பேய் போலக் கூவ;
பாய்ந்தது பார் இந்திரன் தேர்
மருத்துக்கள் தொடர.
நக்ஷத்திர போதையிலே
நள்ளிரவு வீதியிலே
உருண்டோடும் எழில்படையை
உற்றுணர்ந்தார் உலக மக்கள்.

○

வான் கருவில் இருள் மலைகள்
வரிசையாய் விம்மி நிற்க;
இருள் மலையின் மைக்குகையில்
ஒளி மாடு ஓலமிட;
கதிர்க் கன்றின் சோக ஒலி
கடுஞ் சிறையில் கம்ம;
பரிதி எனும் பொன் பருந்து
பாய்ச்சலின்றிக் கிடக்க;
பரிதித்தீ பேய்க் குகையில்
தென்பின்றித் தூங்க;
குகை வாயில் கோரைப்பல்,
இருள் முகம் காட்டி,
விருத்திரனாம் வெம் அசுரன்
வேங்கை போல் நின்றான்.
கொடுங் கூற்றுக் கருநாகச்
சோதரனாம் அகியும் —
ஒளித்தேனில் ஓரளவு
உண்டிட்ட அகியும் —
காவலனாய்க் கடு வெறியில்
காத்திருந்தான் குகையை —
வைரிகளைக் கண்ட இந்திரன்
வெறிப்போரைத் தொடங்கிவிட்டான்.
விருத்திரனைக் கண்ட இந்திரன்
வச்சிரத்தை ஏவிவிட்டான்.
அகி அரவைக் கண்ட இந்திரன்

அங்குசத்தை ஓங்கிவிட்டான்
இருள் குகையைக் கண்ட இந்திரன்
வானவில்லை வளைத்துவிட்டான்.
வச்சிரத்தால் அடி வாங்கி
வீழ்ந்துவிட்டான் விருத்திரன்.
அங்குசத்தால் உடம்பிரண்டாய்,
ஆவியற்றான் அகியும்.
வானவில்லின் வனப்புக்கணை
திறந்த தந்தக் குகையை. . .

காலை

ரவியான பொன் பருந்து
விடுதலையாய் வட்டமிட்டான்.
ஒளியான பொன் பசுக்கள்
குதித்து வந்து மூச்சு விட்ட
கதிரான கன்றுகளும்
வால்தூக்கித் துள்ளி வந்த
போதையாம் ஒளி இன்பம்
பாரெங்கும் பொங்கியது.
இருள் கூட்டத்தின் சிறகு
பொசுங்கிற்று புது ரவியில்,
தாராகக் கிழிந்த அகி
மாலையாய் மாண்டு வீழ்ந்தான்.
வீழ்ந்துவிட்ட விருத்திரனோ
இந்திரனிடம் விக்கிச் சொன்னான்.

விருத்திரன்:

அகமகிழாதே, இந்திரா!
ஆவேசம் கொள்ளாதே.
வெற்றி கொட்டாதே, இந்திரா!
வையாளி போடாதே.
ஒளி நிலைக்காதே, இந்திரா!
இருள் சிரஞ்சீவி,

    விருத்திரன் வீழ்ந்தாலும், இந்திரா!
    வம்சம் அழியாதே,
    மேகமும் ராத்திரியும், இந்திரா!

ஒளியின் பகைவர்களே.
விருத்திரன் வார்சுகளை, இந்திரா!
வீழ்த்த முடியாதே.
விருத்திரன் வீழ்ந்தாலும், இந்திரா!
இரவு வந்தே ஒழியும்.
வான விதானத்தில், இந்திரா!
பரிதிப் படமழியும்,
பாதிப் பொழுதேனும் இந்திரா!
உண்டு எங்கள் ஆட்சி,
வெற்றியை ஊதாதே, இந்திரா!
வீழ்ச்சியைச் சொல்லாதே!

என் றிசைத்து விருத்திரன் வீழ
மருத்துக்கள் மகிழ்ச்சி கொண்டார்.

"அழிந்த மலர் அலர்வதுண்டோ?
விழுந்த பழம் எழுவதுண்டோ?
போன ரத்தம் புகுவதுண்டோ?
செத்த பிணம் பிழைப்பதுண்டோ?"

என்றிடித்து மருத்துக் கூட்டம்
மது வெறியில் பாட்டெடுத்தார்:

'இந்திரன் வெற்றி பெற்றானென்று பாடுவோமே;
ஒளியை மீட்டும் கண்டோமென்று ஆடுவோமே.
மாந்தர் கிலி மாய்ந்ததென்று கொட்டுவோமே;
வான் குதிரை கனைத்த தென்று தட்டுவோமே;'

மறு இரவு

இரவு கழிந்தாலும்,
இருளும் தொலைந்தாலும்,
பரிதிப் பசுவும்
பாய்ந்து சிலிர்த்தாலும்,
கன்றுக் கதிர்கள்
குதித்துக் குனிந்தாலும்,
மாநில மாந்தர்
ஒளியில் திளைத்தாலும்,

முப்பது நாழிகை
மௌனமாய்ப் பறந்தது.
முன் போலவே இரா
மீண்டும் புகுந்தது.
வானில் பொறிகள்
வெடித்து நிரம்பின...

இயற்கையை வென்றோ மென்றே
உரைத்த அவ்வானின் வேந்தும்,
மா இருள் மாய்ந்த தென்றே
நினைத்த அவ்வொளியின் படையும்,
மூளும் இருள் கண்டுகொண்டார்;
மூர்ச்சையாய் விழுந்தார், ஈசா!...

அன்று முதல் அகிலமெங்கும்
ஒளியும் இருளும் கலந்துகூடி,
நற்பாம்பும் சாரைபோலும்
பின்னிக் காலம் ஓடலாச்சு,
ஒன்றென்னும் பேதமையும்
ஒளி என்னும் நுரைக்கனவும்,
புகைபோலப் போகலாச்சு,
புது விழியும் பிறக்கலாச்சு.
பரிதி செத்தால் பதில் ஒளியை
ஏற்றும் மந்திரம் நாமறிந்தோம்.
ஒளியை விட்டால் தீயும் உண்டு,
ஒன்று போனால் ஒன்பதுண்டு...

ஒளியை வணங்குவமே – தோழர்காள்
இருளில் மகிழுவமே.
ஒளி வந்து வளர்க்கும்;
இருள் வந்து காக்கும்;
உயிரின் வளர்ச்சிக்கு
அலையாம் ஓய்வாம்,
ஒளியை வணங்குவமே – தோழர்காள்!
இருளில் மகிழுவமே.

சாகுருவி

இருள் பழுத்த இரவினில்
விண்ணின் மீன்கள் உதிர்ந்தன.
உயிர் முடிந்த சருகுகள்
ஊசலாடி விழுந்தன.
நிழலும் நீரும் முடிய மாந்தர்
மாரகனடி சேர்ந்தனர்.
பூவும் பிஞ்சும் காயும் கிழமும்
சாய்ந்தது நெஞ்சில் காய்ந்தது. . .
காலை விழித்த கிராமத்தார்கள்
கண்கலங்கி வெதும்பினர்.
கருத்தைச் செலுத்தி உன்னிப் பார்த்தும்
காணவில்லை காரணம்
கோவில் கோபுரத்தில் வாழ்ந்த
சாகுருவி தெரிந்தது.
இரவு முழுதும் அவச்சொல் ஓசை
கேட்டது காதில் மூண்டது
காரணத்தைக் கண்டது போல்
களிப்புடன் கைசொடுக்கினர்.
"சாகுருவி சபித்துச் சபித்து
ஊர்முழுதும் நாச மாச்சு,
சாகுருவி மாள வேண்டும்
கிராமம் மீளத் தழைக்க வேண்டும்"
துடுக்குப் பிள்ளை இரண்டு மூன்று
கோபுரத்தில் தாவினர்
சாகுருவி பிடித்து வந்து
ஊர் முழுதும் காட்டினர்
அரிசி காசு தண்டி வந்து
எமனின் தோல்வி முழக்கினர்.
பின்னும் பாசம் விழுந்தது.
பின்னும் மனிதர் இறந்தனர்.
சாகுருவி செத்துப் போயும்
சாவு நித்தியம் வாழ்ந்தது.

காற்றாடி

காற்றாடி கட்டிவிட்டேன்
    ககன மெங்கும் ஏறிநீந்த,

மூலையில் கிடந்த தாளும்,
    சாலையில் கிடைத்த பிளாச்சும்,
கூரையில் கிடைத்த துணியும்,
    பானையில் விழித்த சோறும்,
புத்துருவம் ஆன தடி,
    புதுப் பட்டம் ஆன தடி

மகுடிமேல் சீறி வரும்
    நாகம் போல் ஆடிற்றடி
மின்னலைப் போல் வெகுண்டு
    முகிலிடையே எரிந்ததடி
கத்தியைப் போல் சுருண்டு
    வெளியெங்கும் சுழன்றதடி
ராகுவைப் போல் எழுந்தோடி
    சூரியனைத் தீண்டிற்றதடி
குரங்கைப் போல் வாலடித்து
    கர்ணம் பல போட்ட தடி
கன்னிப் பெண்போல நடை
    ஒய்யாரமாய்ப் போட்டதடி
காலைப் புறாவைப் போல்
    புள்ளியாய் மறைந்ததடி. . .

கன்னத்தில் கையை வைத்து
 கருவிழியை உருட்டி நின்றோர்,
வெற்றிலையைப் போட்டு மென்று
 பொழுதெல்லாம் ஓடவைத்தோர்,
காற்றாடிவிட்ட என்னை
 கைகொட்டிக் கெக்கலித்தார்...

ஆதியிலே விட்ட பட்டம்
 அகண்டமெங்கும் ஆடுதடி
ஆதியைப் போல் நானும் விட்டேன்
 ஆதி லீலை பங்கு கொண்டேன்
காற்றாடி கட்டும் காளி
 கையினுள்ளே முளைத்துவிட்டாள்
கையினுள்ளே பார்ப்பதற்கு
 கண்ணுண்டோ இவர்களிடம்!

ந. பிச்சமூர்த்தி

காகித ரோஜா

பத்திரிகை ஆசிரியர்:

ஒரு பக்கம் விஷயம்
உடன் வர வேண்டும்
பத்திரிகை இன்றே
வெளியாக வேண்டும்.

புது உதவி ஆசிரியர்:

மின்சார வெளிச்சம்
பொத்தான் அவிழ்க்கும்
முல்லை வாய்திறக்க
முயன்றாலும் நடக்கா.

ஆசிரியர்:

வாழைக்காய் பரப்பி
பானையைத் துளைத்து
சருகுடன் நிரப்பி
தீ மெல்ல மூட்டி
வாயினால் ஊத
வாழை பழமாகப்
பழுத்தல் காணாயோ?

உதவி:

இயற்கையின் இனிப்பு
செயற்கையில் கிட்டா
காகித ரோஜா
மலடாக மலரும்.

ஆசிரியர்:

பத்திரிகைச் சிதம்பரம்
பதியாத கவியே,
பத்திரிகைப் பிறப்பு
சிருஷ்டிக்கு எதிரிடை
எந்திர வேகத்தோடு
ஒன்றாத உதவி!

உதவி:

புரிந்தது ரகஸ்யம்
சிதம்பரம் தெரிந்தது.

ஆசிரியர்:

இயற்கை வழி பார்த்து
இயற்கை யோடியைந்தால்
படைப்பின் முதல் நாளில்
பிறந்த ஓர் பத்திரிகை
பிரளயத்தின் போதும்
முடிவைப் பெறாது
காதல் பெருக்குக்கு
கரை போட்டதாலே
கடிமண மென்னும்
ஒரு வழி வகுத்தோம்
ஆசைப் பிசாசை
ஆடாது அடக்க
சொத்து சுதந்திரம்
சுருதி யோடமைத்தோம்
உதவி! இயற்கையைச்
சுருக்குதல் அறிவன்றோ சொல்லு?
வானுடன் மீனாய்
காற்றுடன் குழலாய்
பசியுடன் வயிறாய்
ஊரெங்கும் செல்லு
கவியான உதவி!
கதவைப் பின் தாளிட்டு
கருகியே நடைகட்டு
பத்திரிகை தள்ளுது
கவிதை மணக்கட்டும்.

ந. பிச்சமூர்த்தி

தாயும் குஞ்சும்

தாயிடம் குஞ்சு சொல்லல்

இருப்பிடம் இன்பமென்றும்,
சேறதே சொர்க்கமென்றும்,
வாழ்விலே கடமை ஒன்றைக்
கடவுளே விதித்தார் என்றும்,
போதனை செய்துவந்தாய்,
புதுமையைக் கொன்றுவந்தாய்,
பாசியின் நடுவே போந்து
ரவி மதி முகங்கள் கண்டு,
நீரில் ஓர் முத்தமிட்டு
வெட்கியே பின்னும் மறைதல்
மீன் நாட்டு வாழ்வு என்றாய்
பொறுமையாய்க் குளத்தினுள்ளே
பேதை மீன் நானிருந்தேன்.
வானத்தின் வெள்ளி யாழில்
மழை இசை கொட்டுகின்று.
என்னைப்போல் ஏங்கும் குளமும்
வாய் வழிய மழையைப் பருகி
கடையிலே ஓடக்கண்டேன்
நீருடன் எந்தன் நெஞ்சும்
போயிற்று கடையின் வழியே.
வாழ்வை நான் ருசித்து வாரேன்
கும்பிடோர் பழமைக்கின்று.

தாய்மீன் பதில்

பழங்குளம் சலிக்கக்கண்ட
பேதையே, ஆருயிர்க் குஞ்சே!
புதுமைக்கு வேட்கை கொண்டால்
புதுமையும் பழசாகாதோ?

இருப்பிடம் இன்பம் காணும்
பான்மையே ஞானமாகும்.
எழுந்ததை இயம்பிவிட்டேன்
விதிக்கு நான் என்ன செய்வேன்? . . .
என்ற தாயுரையை ஏற்காப்
பசுங்குளக் கெண்டைக் குஞ்சும்
நீரின் மேல்மட்டம் ஏற
பெருக்கத்தின் புது இழுப்பில்
புரண்டது சருகைப் போல.
இழுப்பின் வெறி ஓய்ந்த எங்கோ
சுயநிலை அடையத் திரும்பி,
பிறவியின் பான்மையோடு
நீந்திற்று பெருக்கிற் கெதிரே.
வெய்யிலில் சுண்டிப்போட்ட
வெள்ளி மின்னல்போல,
மீன் குஞ்சு வரப்பைத் தாண்டி
விழுந்ததோர் நஞ்சை வயலில்.
நஞ்சையில் நாட்கள் கழிய
சலித்தது நஞ்சை வாழ்வு.
கலப்பையின் கூராம் முனையில்
சேறகம் சிதைந்து போதல்,
பிள்ளைகள் பேய்ச் சிரிப்பில்
வயல்களில் நண்டைக் கொல்லல்,
இவைகளைக் கண்ட கெண்டை
சுயேச்சை, சுகங்களேதும்
சூழுவும் காணவில்லை:
புத்தம் புதிய தொல்லை
கண்டதோர் கோடிக் கணக்கில்

○

கபிலையின் தண்ணீர் பாயும்
கான்வழி, காலை ஒன்றில்,
வயல்விட்டுத் தண்ணீரோடு
புது இடம் பயணமாச்சு,
திருடன்போல் திகைப்பு மிஞ்சி
மறைவிடம் வேட்கும்போது
ஓடையின் புலம்பு வாயும்

அழைத்தது வருந்தி மீனை.
பழுத்த கொல்லன் உலையின்
இரும்பிலே சேர்ந்த நீரும்
விடுதலைப்பட்ட வியப்பில்
சுர்ரென் றொலித்தல் போல
கெண்டையும் ஓடை நீரில்
தொப்பென்று குதித்ததுடனே...
புது மணமானவர்கள்
கடலோரம் கையைக் கோத்து
ஒன்றென்று பறையடிக்கும்
வீச்சுடன் உலவல்போல,
வாய்க்காலில் கெண்டைக் குஞ்சும்
நடத்திற்று இன்ப வாழ்வு.
அன்புடன் சூர்ய கிரணம்
முத்திடும் ஓடை அடியை
ஆர்வத்தில் தானும் சார்ந்து
பொறாமையில் புதைந்துபோகும்:
அடி உடன் அலுத்தெழுந்து
அலைகள் தாலாட்டும் வேரைப்
பற்றவும் பாய்ந்து துள்ளிப்
பாம்புபோல் தொங்கலாடும்.
அமைதியே இன்பம் என்பார்
கொள்கையைப் பொய்த்தல்போல
எதிர்ப்பிலே இன்பம் காட்ட
நீரிலே எதிர்த்து நீந்தும்.
தன்னினம் தின்னும் மனிதர்
மனதிலே ஆறா வடுவை
ஆக்கவே விழைதல்போல,
மனிதர் கால் அழுக்கை உண்டு
தீமைக்கு நன்மை செய்யும்.
இதுபோன்று நாட்கள் செல்ல
நாணலின் எழிலோசைபோல்
இன்பமே கெண்டை நெஞ்சில்
தந்ததோர் புதுமை வாழ்வு . . .
வான் மூடா வேளை ஒன்றில்
நீண்டதோர் நெளியாப் புழுவும்
நீரிலே தொங்கக் கண்டு,

கெண்டையும் கை சொடுக்கிப்
பாய்ந்தது விருந்தினண்டை.
துடிப்புடன் பாய்ந்த விசையில்
தூண்டிமுள் நாவில் தைக்க,
துள்ளுமீன் இன்பக்கனவு
ஏறிற்று தூக்குமேடை.
மறுநொடி வலைஞன் வலிக்கச்
சேர்ந்தது சின்னக் கலயம்.
கலயத்தில் இனத்தார் பலரும்
தலைவாலும் மாறிக் கிடக்க
கலவரம் அடைந்த கெண்டை
உயிரையே விட்டதங்கு.

○

உயிரையே விட்டிட்டாலும்
ஆவிக்கு முடிவென்றுண்டோ?
வலைஞனின் வீடுசேர்ந்த
கலையமோ வலைச்சி கையில்
ஏறவே, எக்கலித்துப்
புகைந்தது அடுப்புமன்று.
சட்டியில் துடுப்பு அசைய
ஆவிகள் பேசலாச்சு.
பேசையில் பழய குரலை
கேட்டு மீன் துடித்ததங்கு;
தாய்க்குரல் கேட்ட கெண்டை
புலம்பிற்று துயரம் மிஞ்ச.

கெண்டையின் ஆவி

புதுமையில் பேரவா கொண்டேன்
    அம்மா! – பல
காட்சி வழியில் கண்டேன் அம்மா!
இன்பம், விடுதலை என்றேன்
    அம்மா! – புது
வேதனை முள்ளில் தவித்தேன் – அம்மா!
பழமையின் சோடுகள் பற்றும்
    அம்மா! – நீயும்
சட்டியில் சேர்ந்ததெம் மாயம் அம்மா?

தாயின் ஆவி

வாழ்வுக் கனி பழுக்க வீழ்ந்தேன்
    அம்மா! – சற்றும்
புதுமையின் மையல் என்னை
    ஆட்டவேயில்லை.
நீரும் நிழலும் தீர உயிர்
    விடுத்தேன் – மெள்ள
வலைப்பையன் கைகளிலே
    சிக்கியேவிட்டேன்.
நாவல் பழம் குளத்தில்
    வீழ்வதுமுண்டு – எனில்
வீழ்ச்சி வெறிகொண்ட காயைக்
    கேட்டதுமில்லை.
இருந்த இடத்திலின்பம்
    இறக்குவதே – அம்மா!
ஞானத் திறவுகோ லாகிவிட்டது. . .

என்று தாய் கெண்டையோடு
பரிவுடன் ஞானம் இயைந்த
போதத்தை விள்ளும்போது
வலைச்சியின் அசட்டை ஒன்றில்
கெண்டையும் தாயும் நன்றாய்க்
கருகியே தீய்ந்துபோன.

"உடலின்று கரியதாச்சு
வான்குளம் செல்வோம்" என்று
ஆவிகள் வானிலேற,
விண்மீன்கள் கண் சிமிட்டிப்
பாடின பழய பாட்டு.

அக்னி

ஆதிகாலம்

அரணிக்கட்டை

பாலகன் பிறக்கவென்று
பெற்றோர்கள் இருவருமாய்ப்
பரிவுடனே புணர்ந்துவிட்டோம்;
ஆரண்ய அரணிக்கட்டை
அகமகிழ்ந்து ஐக்யமானோம்.
நாக்கேழாய், செம்முகமாய்ப்
பிறந்துவிட்டான் தீக்குழந்தை.
தோன்றிவிட்ட நிமிஷத்திலே
நாவளைத்து தின்னலானான்;
பெற்றோர்கள் பேதமையைப்
பரிகாசம் செய்யலானான்.
அன்புடனே பெற்ற குஞ்சு
அன்னையையும் தின்பதுண்டோ?
ஆர்வத்துடன் பெற்ற மகன்
தகப்பனையும் தீண்டலுண்டோ?
வேகுறோம் கனலில் மெள்ள
ஒருயிராம் அரணி இரண்டும்;
பெற்றோரைப் பொசுக்கும் அக்னி
வைப்பானோ வையங்களை?...

அக்னி

பேருக்குப் பெற்றோர்கள் நீர்
உண்மையை உணரமாட்டீர்.
பதறிடாமல் பத்துப்பெண்கள்
அரணி இரண்டும் கடைந்திடவே
தீத்தெய்வம் தோன்றலானேன்,
அகம்பாவப்படுவதேன் நீர்?
பத்து விரல் என்னும் பெண்கள்
வேண்டி என்னை விடுவித்திட்டார்.
கூண்டுக்கிளி கூட்டைவிட்டால்
கூண்டின் குஞ்சாய் கிளியாமோ?

பத்து விரல்கள்

பேதமையாம் பட்டம் கட்டிப்
பெற்றோரைப் பரிகசித்தாய்.
பத்து விரல் பெண்கள் நாங்கள்
புரிந்த பாவம் ஏது சொல்வாய்?
அரணிக்கட்டை எரிவதுபோல்
எங்களையும் எரித்திடுவாய்,
அரணி என்ன, நாங்களென்ன
அகிலமெல்லாம் பொசுக்கிடுவாய்
முரடான மரச்சிறையை
திறந்துவிட்ட தெங்கள் குற்றம்.
ஊரைவிட்டு ஓட்டிடுவோம்,
உலகைவிட்டு ஒழித்திடுவோம். . .

தீ

தீயை அணைத்திட
தெய்வத்தால் ஆகாது
அக்னி அழித்திட
அரணாலும் ஆகாது
அக்னிக்குப் பெற்றோர்
அரணிக்கும் அப்பால்;
பூட்டைத் திறந்திட்ட
விரல்களுக்கப்பால்,
நன்மையை நாடினால்
தீமையும் உண்டு.
பசியற்ற கனலைக்
கனவிலும் காணீர். . .

அரணிக்கட்டைகள்

பெரும் பொன்னைக் கொடுத்தாலும்
பெற்றேர்கள் ஆகோம்.

விரல்கள்

சிறைப்பட்ட உன்னை
இனி என்றும் திறக்கோம். . .
என்றிசைத்த பெருஞ்சாபம்
செந்தீயும் கேட்டு
சீற்றத்தால் வான் ஏற
அவிந்தது நீராய். . .

இடைக்காலம்

மனிதர்

அரணிக்கட்டை தேவையில்லை
அக்னி காண வழியுமுண்டு.
"சிக்கிமுக்கிக் கல்லெடுத்து
சேர்த்து நன்றாய்த் தட்டிடவே
செந்தீயின் பொறி பறக்கும்
சிங்காரப் பஞ்சில் ஏற்போம்"
என்று சொல்லி மாந்தர் மீண்டும்
நெருப்பினை உசுப்பிவிட்டார்...

தீ மரங்களைப் பார்த்து

செத்த பிணம் பிழைத்து வந்தேன்,
சாபம் தந்தோர் சாம்பலாக.
என்னியல்பை உணரா தன்று
வைரத்தை வளர்த்துவிட்டீர்
குதிரைபோல் லாயமிட்டால்
குடிசையில் குந்தி வருவேன்,
கூறின்றிப் பகைமை கொண்டீர்.
கூற்றுவனாய் வந்தேனின்று.
ஒருமையாய் உலகைச் செய்வேன்,
உவந்து சுடுகாடு செய்வேன்,
பன்மையைப் பொசுக்கி விடுவேன்
பரம்பொருள் சுட்டி எரிவேன்...

அரணிக்கட்டைகள் மனிதரைப் பார்த்து

கொட்டத்தை ஒடுக்கி நாங்கள்
கொன்றொழித்த காளைத்தீயை
மீட்டும் ஏன் எழுப்பிவந்தீர்,
காட்டினிலே மேயவிட்டீர்?
பெற்றோரைத் தின்னும் பையன்
பிறர்களையா மதித்திடுவான்?
தொண்டு செய்யும் தீ எனவே
தேர்ந்திட்டால் தொலைத்துவிடுவான்.
தீமீது வன்ம மன்று.
தெரிந்த உண்மை சொல்லிட்டோம்...

ந. பிச்சமூர்த்தி

தீயைப் பார்த்து

பெற்றோர்கள் இல்லை என்று
பெருமைகொண்ட பேய்த்தீயே
கல்லோடு கல்லும் சேர்தல்
அரணிகள் அணைவதன்றோ
உருக்கள் பல ஆனாலும்
தொழிலினால் ஒன்றே ஆவோம்
அப்பாலுக் கப்பாலென்று
பிறப்பிடப் பெருமை சொன்னாய்.
பிறப்பிடத் தன்மை ஒன்று
பிறவாத தன்மை அதுவே,
அகிலத்தில் தோன்றிவிட்டுப்
பன்மையை இகழ்வதேனோ?
(பெருந் தீ பரவி காடுகளைத் தின்னுகிறது)

மாந்தர்

கல்லடித்துத் தீ எடுத்தோம்
குடிசையிலே ஏவி வைத்தோம்.
காதல்கொண்ட காற்றுவரக்
கொளுத்தலாமோ குட்டித் தீயும்?
பேணிவந்த பெற்றோர்களைப்
பதைத் தழிக்கும் பாதகனை
அழித்திடலே அறிவு ஆகும்.
அகற்றிடுவீர் சிக்கிமுக்கி.

நடைக்காலம்

மாந்தர்

பழமாந்தர் புத்தியின்றிக்
கோலெடுத்துத் தீக்கடைந்தார்.
இடை மாந்தர் கல்லடித்துக்
தீக்காளை தோற்றுவித்தார்.
நடைக்கால மேதையிலே
கந்தகத்தைக் கோலில் ஒட்டி
எங்கெங்கும் தேய்த்திடவே
பல்லற்ற பாம்பைப்போல
நெளிந்துவரும் நல் நெருப்பு.

கம்பிகளைச் சேர்த்திணக்கி
மின்சாரம் சமைத்துவிட்டோம்.
சொன்ன பேச்சைக் கேட்கும் தீயை
சொகுசுடனே வளர்ப்போம் வாரீர்

அரணியும் சிக்கிமுக்கியும்

மாண்டவனை மூட்டிவிட்டீர்
மதிபெற்றோம் என மகிழ்ந்து
அடுத்திருந்து கெடுத்திடுவான்
அக்னி அவன் காண்பீர் நீங்கள்

    (தீக்குச்சி தொழிற்சாலையிலும் தீ
    மின்சாரத் தொழிற்சாலையிலும் தீ.)

தீ

என்னிடமே பகைமைகொண்டு
எற்றிவிட முயன்றிட்டாலும்
நொடியில் நான் எரிவேன், அணைவேன்;
நிமிஷத்தில் சாவேன், பிறப்பேன்.
வாழ்வென்றெனக் கொன்றில்லை,
தாழ்வென்று ஏதுமில்லை.
இளமையுடன் இருப்பேன் என்றும்
எரியும் தொழில் தலை எழுத்து
நட்பென்னும் உறவிலுண்டு
பகைமையின் போர் விதைகள்.
கட்டுதிட்டக் கவனத்தோடு
காதலித்தால் என்னை நீங்கள்
கால் செருப்பாய்ச் சேவை செய்வேன்.
குழந்தைபோல் சுகமளிப்பேன்
கவனமின்றி போட்டுவிட்டால்
பிரளயத் தீ படமெடுப்பேன்.
இயற்கை என்னும் எங்கள் வம்சம்
எளிதென்று எண்ண வேண்டாம்,
நேசம் வேண்டாம் பகைமை வேண்டாம்.
கவனித்தால் சேவைசெய்வோம்...

ந. பிச்சமூர்த்தி

உயிர்மகள்

புல்பூண்டு முளைத்த பின்னர்
புழுப்பறவை பிறந்த பின்னர்
நெஞ்சாரப் பிரம்மதேவன்
நினைவழிக்கும் நியமத்துடன்
கற்பனையின் கடுந்தவத்தில்
வேள்வி ஒன்று வளர்க்கலானான்

காற்று மரம் கலந்து
பல்வேதம் ஓதிவர,
எட்டத்தில் கடலலைகள்
எதிர்வேதம் பாடிவர
தழலின்றிப் புகையின்றிப்
புத்துருவம் பிறந்ததங்கு.
மின்னல் கொடி போலப்
பாரெங்கும் பிரமித்துவிட,
பிரம்மதேவன் தானும் கூடப்
பித்துப் பிடித்துவிட்டான்.
உமையவளைப் போன்ற எழில்
சுடர் விட்டெழுந்ததுபோல்
உலகென்றும் கண்டறியா
உயி ரொன்று லவக்கண்டான்;
தரிசிலுள்ள தனிமரத்தின்
தாங்கொணாத் தனிமையுடன்
கூண்டிலிட்ட புனுகுப் பூனை
குடைச்சலும் உலவக் கண்டான்.

செய்வதொன்றறியாப் பிரும்மன்
சிந்தையிலாழ்ந்திருக்க,
சைதன்யமான உருப்
புரண்டோடும் புதுப் பெருக்காய்,
குறிப்பின்றி காற்றைப் போல்
குவலயத்தில் பாயக் கண்டான்.

பிரமை கொண்ட பிரும்ம தேவன்
கட்டற்ற குதிரை ஒன்றைக்
கடிவாளம் இட்டிடல் போல
உயிர்ப் போக்கை ஒடுக்கி மெள்ள
ஒரு திசையில் ஓட்டி வைக்க,
உயிருக்கு மணமகனைக்
காணக் கருத்திலிட்டான்.
கருத்தறிந்த வெள்ளிப் பெண்
களன்றெழுந்து கூறலானாள்.

கற்பனையின் கடுங்கனவில்
குறியின்றி அழைத்துவிட்டீர்
ஆசையினால் ஆக்கி வேள்வி
ஆருயிரை உசிப்பிவிட்டீர்.
உசிப்பிவிட்ட பின்னர் இதோ
எனக்கீடு வேண்டு கின்றீர்.
இணையற்ற என்னைக் கண்டும்
பிணை சேர்க்க ஏங்கலேனோ?

புத்துருவின் தன்மையினை
ஆழ்ந்தறியா பிரும்ம தேவன்.
தந்தையெனும் பேதமையில்
மகளென்னும் பொய்ப் பிரிவில்
கேட்ட சொல்லை காற்றில்விட்டான்
கடிமணத்தைக் கோரலுற்றான்,
கொடி மின்னர் உயிர்மகளை
கைபிடிக்கச் சட்டமிட்டான்.
அண்டத்தை ஓர் நொடிக்குள்
சுற்றிவரும் வீரனுக்கே
ஆரணங்காள் அகலிகையை
அளித்திடுவேன் என்று ரைத்தான்.

இம்மொழிகள் கேட்ட தேவர்,
அசுரர், கந்தர்வர் மற்றோர்
அழகினைக் காணக் கிடைத்தும்
அடையும் வலி அற்றோம் நாமே
என்றேங்கி குமுறலுற்றார்.
குமுறியே குமைந்துபோனார்.
முகிலிடையே தோன்றும் மின்னல்

ந. பிச்சமூர்த்தி

தேவர்கோன் இந்திரன் மட்டும்.
சூழுலகினின்றும் தோன்றிப்
புலன்களின் கதவம் தட்டி
உயிரிலே உணர்ச்சி கூட்டும்
அதிசயத்தூ ண்டலான
இன்பமே வடிவம் கொண்ட
அனாதியாம் இந்திரன் மட்டும்
அகலிகை அடைந்தே தீர்வேன்.
உயிரினைப் புணர்வேன் என்றான்.

நெருப்புக்கோர் நீரைப்போல
யானைக்கோர் யாளிபோல
இந்திரனின் ஆசைவலையை
அறுக்கவோர் அறிஞன் வந்தான்.
உலகத்தைக் கவ்வுமிருளை
வெட்டிடும் வெய்யில்போல்வான்;
ஈரேழு உலகம் முழுதும்
எண்ணுமுன் திரிந்து வருவான்;
நல்லது தீய தென்று
நாள் தோறும் பரிதவித்து
ரஸம் போல நிலை கொள்ளாது
சஞ்சலமே உருவம் கொண்டோன்
உண்மையிலே மனமே ஆனோன்
மரபினால் கோதமப்பேரான்.
இந்திரனுக் கெதிரியானான்,
உயிர்மகள் வெட்கலுற்றாள்.

பிரும்மனிட்ட கட்டளையை
முடித்திடவே முனைந்துவிட்டார்,
முனியெனும் மனத்தின்கூட
இன்பத்தின் தேவாம் இந்திரன்.
பந்தயம் கெலிப்பார் யாரோ
என வியந்தார் தேவர் அசுரர். . .

வெளியுலகினின்றே தோன்றும்
தூண்டுதல் புலனில் புகுந்து
உடலெங்கும் சுற்றுதல் போல்,
அசைந்தாடும் வெள்ளி வெற்பு
வீதியில் வருதல் போல

ஐராவத மான யானை
அருகிலே வந்து நிற்க
ஆரோஹணித்து இந்திரன்

அகிலத்தை சுற்றச் சென்றான்.
இருந்த இடம் பெயரா பேதை
மனமெனும் முனியோ வென்னில்
அகிலத்தை சுற்றச் சென்றான்
வாகனம் நாடவில்லை.

எண்ணத்தின் மின் வேகத்தில்
ஈரேழுலகம் சுற்றி
அருகிருந்த ஆவைத் தொழுது
அகலிகை தாரும் என்றான்.
சொல்வேலி சிக்கி விட்ட
பிரும்மனும் ஏது சொல்வான்?
இந்திரன் வருமுன்
மாவிலை தோரணங்கள்
சூழ்ந்ததொரு தீயின் முன்னர்
மனதிற்கு உயிரை மணந்தான்
மதியற்ற ஆதிக்குயவன்.

ஈரேழுலகம் சுற்றி
இந்திரன் வந்து பார்க்க
மனமெனும் முனிவன்கூட
காட்டின் குடிசைக்குள்ளே
தனி விளக்கெரிதல்போல
உயிர் மகள் சுடர் விடுத்தாள்.
சுடருக்கு அண்டையாக
மனமதில் சூழக் கண்டான்.
போரினில் எதிர்க் கெதிராய்
மல்லிடும் மூர்க்க வேளை
வழுக்கியே வீழ்ந்த வீரன்
வரையற்ற வஞ்சனைக்குள்ளாய்
தோல்வியில் வெடித்தல்போல,
இந்திரனும் கதையைக் கேட்டு
இருதயத்தில் நஞ்சைக் கொண்டான்.

காட்டு மல்லிகைப் புதரில்
புகைப்பட்ட கண்ணை ஆற்ற
அகலிகை உலவும்போது
மின்னழகோன் அங்கு வந்து
மடை வாயைப் போன்றிரைந்து
உயிரினில் பள்ளம் செய்தான் '
'அகலிகையே!
உயிரின் மின்னே!
இன்ப துன்பம் ஓராப்பெருக்கே!
சட்ட திட்டம் ஒன்றமைத்தோன்
சூழ்ச்சியில் சிக்கிவிட்டாய்!
சொத்துரிமை போல உன்னை
பாவிக்கும் பிடாரன் கையில்
பல்லற்ற பாம்பாய்ச் சாவாய்!
குரலற்ற குயிலாய் இருப்பாய்!
புலனின்ப வைபவத்தைப்
பொசிப்பின்றி உதறிவிட்டாய்!

இருப்பினும் எந்தன் ஆர்வம்
உந்தன் காலடியின் கீழே
உயிர்த் தேனுக் கங்காந்திருக்கும்,
தோல்வியில் வெற்றி காண
பூமிபோல் பொறுத்திருக்கும்.
மனத்தினை மணந்த பெண்ணே!
சஞ்சலப்பாழே காண்பாய்.
கோதமன் கட்டுதிட்டம்
கொடிக்கோர் கொழுகொம் பென்று
குருடனின் கனவு கொண்டாய்,
கொழுக் கொம்பு கொடியில் சாய்ந்து
கொல்வதைக் காண்பாய் நீயே.
நெஞ்சை நான் பறிகொடுத்து
நஞ்சையே மார்பி லிட்டேன்.
எனினும் இக்காதல் நெருப்பு
நெஞ்சிலே நீராகாது.
இன்றல்ல நாளையல்ல,
ஏழாண்டு ஆன பின்னும்

மனநரி பின் கால் மண்ணால்
உயிர் வழி தூர்ந்து போகத்
தடம் கெட்டுத் தவிக்கும்போது
தென்றலாய், மலராய் மதியாய்,
இந்திரனாம் இன்பம் வருவேன்
தவிப்பன்று அடங்கக் காண்பாய்,
உயிர்க்குழல் இசைக்கக் காண்பாய் . . .

இந்திரன் சென்ற பின்னர்
அகலிகை சித்தக் கடலில்
அலைகளும் சாரிவீச,
என் விதி என்னும்
அச்சம் அங்காடலாச்சு
அன்று முதல் உயிரின் வாழ்வு
நொண்டியிடும் ரவி மதியைப் போல,
பருவங்கள் தோன்றும் கணக்காய்ச்
செய்ததைச் செய்து கொண்டு
உப்பின்றி ஓடலாச்சு,
வீடென்னும் கனவுக்காக
கோதமன் வேள்வி செய்தல்,
இல்லாளின் கடனுக்காக
அகலிகை பொருள் திரட்டல்,
இவைகளே சூழ்ந்த உயிரின்
வயலிலே [1]பல்லி ஆன,
பயிரற்ற பொட்டல் ஒன்றில்
பச்சைக்கு ஏங்கல்போல
பாழான பாலைவனத்தில்
பருகுநீர் விழைதல்போல,
உயிர்க் கொடி துடிக்கலாச்சு,
அகலிகை சோரலானாள். . .

வான்மதி வளையம் சூழ்ந்த
அமுத வெண் நிலவு ஒன்றில்
உயிர் மகள் முனியைப் பார்த்து
சிரமாட்டி சொல்லலானாள்.
‘சூழ்ச்சியால் வென்று வந்தீர்,
சலிப்பு நான் அடையவில்லை.

---

1 பல்லி: ஒருவிதச் செடி; பல்லி முளைத்த வயல் என்பார்கள்.

உயிர்ப் பரி பாய்ந்தாலன்றி
கால் நான்கும் சூறைபோகும்.
சிற்றுண்மை இதனை நீங்கள்
அறியாது சுவர் வைத்திட்டீர்,
வெளி உலகின் தூண்டுதல்கள்
புகவொணாத் துறவைத் தந்தீர்.
புலன்களின் இன்பமின்னை
நெறி எனும் இரும்பில் கொண்டீர்
உயிர்க் கனல் உண்மை உமது
சித்தத்தில் உதிக்க வில்லை.
வேள்வியின் தீயைப் போல
உயிருக்கு நெறிகள் இல்லை.
ஈரம் மிகு கொம்பானாலும்
காய்ந்தவோர் சமித்தானாலும்
பசுமஞ்சள் நெய்யானாலும்
உதிரம் மிகு சதையானாலும்
வேள்வித்தீ உண்டு வானில்
ஏப்பங்கள் விட்டு ஏறும்,
நல்லது தீய தென்றும்,
அவரவர் உடைமை என்றும்
சிறு நெறிகள் உயிருக்கில்லை,
மனது புலன் வைரமில்லை.
பழுதையில் பாம்பை ஏற்றும்
பான்மையால் சட்டம் செய்தீர்
சட்டத்தின் சிறைக்குட்பட்டு
அசைவின்றி "கட்டையானேன்
சைதன்ய அசைவொடுங்கில்,
சுகமதி காண்ப தெங்கே?"

அகலிகை சொற்கள் நுட்பம்
காட்டிலோர் நிலவாயிற்று.
கோதமன் கோட்டைச் சுவர்கள்
முன்னிலும் மேலே சென்ற
இருப்பினும் மனத்தின் அடியில்
இன்ப மீன் துள்ளவில்லை.
நெறிகளின் உயர் சுவற்றில்
உயிர்க் கொடி ஏறவில்லை.

நோயுற்ற குழந்தைக்குத் தாய்
கசப்பான மருந்தைத் தந்து,
உடலினைப் பேணுதல் போல்,
அகலிகை கோதமன் பித்தைத்
தெளியவே வழி வகுத்தாள்.

மாசி மாதத்து இரவில்
மல்லிகை நிலவு பொழிய;
மாருதம் தவழ்ந்து வந்து
மெல்லவே ஆசைபேச;
குளக்கரை அல்லி ஒன்று
தோழிமார் தண்ணீரோடு
புலம்பிற்று பேசாவாயால்
ஆறாத மதி மேல் காதல்.
வானத்தின் வெண் பரப்பின்
ஓரத்தில் மேக மொன்று
ஒட்டகை உருவத்தோடு
ஒதுங்கியே போயிற்றப்போ.
இடை இடை மேகத்தூடே
சிரித்தன நீல மின்னல்.

நேரமோ வெள்ளி முளைக்க
நாழிகை எட்டிருந்தும்
பாரெழில் கலவரங்கள்
கலைத்தன இருவர் தூக்கம்.
பர ஒளி இறங்கி வந்து
புவனத்தில் பரவும் வேளை,
வைராக்ய சிகரங்காண
வேதங்கள் விதித்த நேரம்,
என்றெண்ணி ஆறுசென்றான்
கோதமர் முனிவர் தானும்;
மனது கைவல்யம்கூட
குளித்தது ஞான ஆற்றில்...

கோதமன் ஆறுசெல்ல
அகலிகை வெளியே வரவும்.
ஆகாயம் அழைக்கக் கண்டாள்,
முகிலினில் இந்திரன் கண்டாள்.
புலன்களின் சாளரத்துக்

ந. பிச்சமூர்த்தி

கதவுகள் ஒருக்களித்து
வரவேற்க விழயக்கண்டு,
வசியமை கொண்ட இயற்கை
பூசிற்று புலன் இமைகள்.
அகலிகை கண்ட இந்திரன்
இறங்கினான் காதல் ஏணி,
பாலைவனத்துப் பாழில்
மரு தோன்றி மலர்ந்தாப் போல;
ஒருவனே தனித் தீவொன்றில்
குடி ஏறிக் குமைத்திருக்க,
நாக கன்னிகைகள் நால்வர்
நீரில் யாழ் இசைக்கக் கேட்க
மண்ணும் விண்ணாதல் போல;
கண்ணொளி இல்லா ஒருவன்
அகத்திலே ஞான சித்திரம்
முடிவின்றி ஓடக் கண்டு
ஞானக் கண் ஈடு செய்யும்
புதுமையைப் போற்றல் போல,
ஊமையாம் ஒருவன் உணவுச்
சுவை சொல்லும் சக்தி பெற்று,
விந்தையை வாழ்த்தல் போல;
ஆணுயிர் பெண்ணிணோடு
இரண்டறக் கலக்கும் வேளை
ஸ்பர்சமே மிஞ்சி நின்று
சுகமதை வளைத்தல் போல;
பல்வேறு இன்பத் தூண்டல்
பிறந்து சூழுலகினின்றும்
அகலிகை அகத்தில் போதை
மின்னையே பாய விட்ட.
இன்பங்கள் அழைப்பில் அழகாள்
மயங்கிடக் கண்ட இந்திரன்
தானுமே அவளைச் சார்ந்து
மெல்லவே மெய் கலந்தான்.
புலன் வழி உயிர் இணங்கி
மலர்ந்தது இன்பம் பொழிய.

தூய்மையைத் தேடி ஆற்றை
அடைந்த அம்முனிவன் மெள்ள

வெள்ளியும் முளையாக் கிழக்கு
ஜாமமென சொல்லக் கேட்டு,
வேதங்கள் விதித்த பிரும்ம
மூர்த்தமும் பிறழக்கண்டு
'மனநெறி, சொத்துரிமைகள்
அகப் பொருள் காக்கும் மதில்கள்
இவைகளைத் தகர்க்கவோர்
அகலிகைச் சூதோ?
நவநெறி காட்டும் நயமோ?
உலகின்ப உல்லாசங்கள்
கலந்திடக் காதல் திருட்டோ?'
என்ற சஞ்சலத்தில் முனிவன்
ஓடோடி வீடு சேர்ந்தான்.
மின் இந்திரன் இன்பம் வாங்கிப்
பாருடைப் பெரிய எழிலை.
பருகியே போதை மீறி,
அகலிகை புலன்கள் பொங்க,
சையோகம் செய்யக் கண்டான்.
மனநெறி இட்ட சட்டம்
பிறந்ததோர் கோலம் கண்டு
ஆற்றாது ஆருயிர்க்கு
அழியாத சாபமிட்டான்.

'மானத்தை விட்ட உயிரே!
மனநெறி மறுத்த கிளியே!
மணவரை ஏய்த்துவிட்ட
மோகமே! மாய எழிலே!
மன்பதை செல்லும் வழியில்
மற்றதோர் பாதை காட்டக்
கால் வழிச் சென்ற குருடே!
கற்புத் தீ கலந்திடாத
விட்டிலே! விந்தைப்பிறப்பே
உன்னுடன் இணைந்திருக்கும்
ஆணிவேர் அறுகக் கண்டேன்.
அறுந்தபின் இனி உன்னோடு
உறவிடல் சாவெனக்கு.
கனவுகள் மண்ணதாக்கும்
கல்மனம் படைத்தாய் பெண்ணே!

கல்லதாய்க் கிடந்து என்றும்
பொழிந்திடும் தேன் எழில்கள்
பருக வோர் திறமுமின்றி
ஊமையாய்த் துடிக்கக் கடவாய்.
என்று முனி கனலும் சாபம்
இட்டதோர் ஈனவேளை
உயிரிலே அசைவை ஊக்கும்
கருவிகள் பிரிந்து போக
ஊமையாய்ப் பாறையாக
ஆருயிர் அழகி ஆனாள்.

ஆண்டு மேல் ஆண்டெழுந்து
பல்வர்ணப் புதுமையோடு
பருவங்கள் ஆடினாலும்
தென்றலோன் பவனி வந்து
அபினையே வார்த்திட்டாலும்
மன்மதன் கணைகள் எங்கும்
சுக மழை பொழிந்திட்டாலும்
அகலிகை கல்லாய்க் கிடந்தாள்
உயிரின் யாழ் ஒலிக்கவில்லை.

தனிமையின் தூயஒளியில்
தனித்தவம் இயற்றும் பரமன்
விழிதுயில் கலையக் கண்ணைத்
திறக்கையில், ஆதிசக்தி
அகிலத்தில் ஒளியும் லீலை
அம்பலமாக்கவென்று
பெருவழி செல்லும்போது
அயோத்தியின் ராமன்கூடச்
சக்தியாம் சீதைநாடி
கானகவழியே வரவும்,
ஊமையாம் பாறை ஒன்றில்
கால்படத் தோன்றக் கண்டாள்
சாபத்தில் வாடும் உயிராள்.

சிற்பிகை பட்டகல்லும்
ஒயிலுருப் பெற்றிடல்போல்,
ராமன் கால் விந்தை விரல்கள்
அகலிகை எழுப்பிவிட்ட.

எழிலுருக் கல்லாய் ஆன
அதிசயம் கேட்ட ராமன்

கோதம முனிவன்மீது
கடிந்துமே சொல் தொடுத்தான்.
கல்லுரு ஒளிக்கும் உயிரை
மீளவும் தழைக்கச் செய்த
பரம்பொருள் காண அங்கு
கோதமன் குனிந்து நின்றான்,
குனிந்ததும் கடிந்த சொல்லை
கேட்டுமோர் கொல்லும் வியப்பில்
விழித்தவன் வேள்வி முனிவன்,
விழித்தது பேதை மனது.

ராமன் கோதமனைப் பார்த்து

கால்பட்ட கல்லினின்று
கன்னிகை வளரக் கண்டேன்.
கை தொட்ட நீயோ என்னில்
கவினுருக் கல்லாய்ச் செய்தாய்
குயவனோர் தவம் இயற்றி
மண்ணில் பொன்னுயிரைக் கண்டான்,
புதுமையைக் கண்ட குயவன்
தன்மையை அறிந்திடாமல்
உயிரை ஓர் உடைமையாகக்
கருதியே குற்றம் செய்தான்.

சிருஷ்டியின் நுண்மை அறியா
மனமுனியான நீயும்
சஞ்சலப்பட்டுப் புலனைப்
பகைவனாய் பாவித்திட்டாய்,
கற்பென்றும் கடமையென்றும்
கனவுகள் கண்டு உயிரை
கானல் நீர் நெறி சுவைக்க
கட்டளை மனத்தாலிட்டாய்.
உலகமோர் மாயை அன்று
வெறுக்க ஓர் வேம்பு அன்று.
அகலிகை உனக்கே என்று
ஆணவம் மிகப் படைத்தாய்.

வெறுத்திட்ட புலனும் உலகும்
வெறியுடன் வன்மம் கொண்ட
உறங்கிடும் பெட்டிப்பாம்பை
உசிப்பிடும் மகுடிபோல
புலன்களும் நைச்சியம் பாட
இருமைக்கு அப்பால்பட்ட
முடிவற்ற உருவம் அன்று
புணர்ந்தது இயற்கைப் போக்கில்
இல்லறக் கடமை விட்டு
வரனுக்கு ஏங்கலாலே
இயற்கைக்கு எதிராய் நீயும்
சாபத்தைத் தந்தாயே,
சஞ்சலக் குரங்குபற்ற
தத்வத்தை மறந்ததாலே,
அகலிகை இயக்கமற்றாள்,
உயிருமோர் கல்லாயிற்று
இருப்பினும் உயிரோ என்னில்
கொஞ்சமும் கலங்கவில்லை.

“பெருநெருப்புக் கீரமில்லை.
என்று நீ காலப் போக்கில்
அறிந்து மிகக் குமையும்போது
நெஞ்சிலே ஈரம் காணும்,
பாறையும் தளிர் விடுக்கும்”
என்றுமே நினைத்தகல்யை
கருணையால் கல்லுமானாள்.
உயிரற்ற மனமொன்றுண்டோ
உடலற்ற நிழலொன்றுண்டோ
குற்றமில் உயிரை இன்று
கூடவே கூட்டிச் செல்லு.
பெண் இனம் நெஞ்சை இன்னும்
மானிடர் அறியவில்லை.
கற்பென்னும் நெறியைப் பெண்கள்
கொள்ளவோர் சட்டமிட்டால்
மீறுதல் ஆண்களன்றி
இயலுமா வேதரிஷியே?

சொல் ஒன்று, அம்பும் ஒன்றே,
காதலும் நெறியும் ஒன்றே,

கொண்டவன் நானே எனினும்,
இலக்குக்கு அவைகள் மட்டும்.
கணவனோ பெண்களுக்கு
இருவரென் றியற்கை ஆணை.
தீயின்முன் கொண்ட கணவன்,
உலகினர் உலகத்தோர்கள்
அறிவார்கள் ஓரோர்பொழுது,

பாசம் ஒன்றே கொள்ளும் பெண்ணைப்
பாரிலே காணலரிது
கள்ளப் புருஷனென்றோ
மின்னிடும் அணிகளென்றோ
மயக்கிடும் துணிகளென்றோ
மணத்திடும் மலர்களென்றோ
பெண்மனம் கொள்ளை கொள்ளும்
என்றுமிராமன் விளக்க,
முனிவன்கண் மறைத்த திரையும்
அறுந்திடத் தெளிவு பெற்றான்
அகலிகை நிமிர்ந்து நின்றாள்.

கோதமன் அகலிகைக்கு

உயிரே! அகலிகையே!
உலகத்தின் உன்னதமே!
அடிமுடி அற்ற அனலே!
தான் தோன்றிப் பொன் பெருக்கே!
இடம் பொருள் ஏவலொன்றும்
விலங்கிடா உயிர்ப்பெருக்கே!
பெருக்குக்குக் கரைகள் போட
பேதமையில் விதி வகுத்தோம்,
உடைமையின் காந்தக் கைகள்
கற்பெனும் இரும்பைத் தந்த.
உரிமையின் ஆசைக் கண்கள்
சட்டதிட்டங்கள் அமைத்த.
ராமன் கால் கல்லில் படவே
கன்னி நீ மீண்டதோடு
வந்தது கண் எனக்கும்.

பெண் நினைப்பெனக்கிருப்பின்
பிறருக்கும் இருந்திடாதா?
எனக்கின்றேல் அந்நினைப்பு
உலகத்தில் இருத்தலுண்டோ?
கற்பெனும் ஒரு வழிநெறியை
வகுத்ததே இல்லிக் குடமாம்
இடம்பொருள் காலம் இவற்றுள்
சிறைப்பட்ட சின்ன மனது
நெடுங்கால நாயகிக்கு
குடும்ப நெறி காணலாமா?

உயிரின் கதை பலவாறாகத்
தரணியில் வளரக் கண்டும்
கல் மண்ணாய், புல்லும் பூண்டாய்
புழுவாய் பெருவிலங்காய்
சுக்ரீவ சேனையாக
மனிதனாய், ஆணாய்ப் பெண்ணாய்
இரண்டற்ற அலியுமாக
தரணியில் தளிரக் கண்டும்
சொல்லொன்றே செயலுமொன்றே
மன்மதக் கணையுமொன்றே
என்றுநான் மதித்துக் கெட்டேன்
உயிர்க்கனல் உலகம் தின்று
புதுமையாய் முளைக்கக் கண்டேன்.
கடுநெறி மெதுநெறி எல்லாம்
காலத்தில் மூழ்கக் கண்டேன்.
உயிரே! அகலிகையே!
வாழ்விக்க வந்த ஒளியே!
மனம் புலன் வைராமற்று
உன்னிடம் சரண் புகுந்தோம்
உயிரே! மணி விளக்கே.
வேள்வியைப் புதுக்கும் எழிலே!
மனத்துடன் புலனைச் சேர்த்து
சமித்தாக வேள்வி இட்டேன்.
உயிரிலே புதிய தேனை
வடிக்கவே கூட வாராய்!

வேட்கை

வெய்யிலின் செதில்கள் போல் மான் புள்ளி காணுது,
வேலியில் சட்டை போல் கொக்குகள் தோணுது.
ஓயில் நடை போடுது வாலாட்டிக் குருவி.
சோலையை உருக்குது கருங்குயில் வீணை,

மலைக்குகை மூலையில் திறந்து கிடக்குது.
சிறுத்தையின் உறுமல் குகையில் திரும்புது
விலையற்ற ஒளியும் பருவத்தின் இனிப்பும்
வெறிகொள்ள உள்ளத்தைத் தட்டும் மலர்களும்
வெற்றுரை ஆயின ஆன்மாவுக் கெதிரே.

இரும்பான தண்டும் வஜ்ரம்போல் உடலும்
பற்றற்ற கண்ணும் பொருந்திய யோகி
விரும்புதல் அமுதொளி அடைவதை அன்றோ.

ந. பிச்சமூர்த்தி

பெட்டிக்கடை நாரணன்

தான்சாக மருந்துண்ட
தவசிகளைக் கண்டதுண்டோ?
ஊன்சாக,
உயிர் இருக்க
உலவுபவர் சித்தரன்றோ?
நான் யாரு?
சித்தனா தவசியா?
பிழைக்கச் சொத்தெதுவும்
பாட்டனோ வைக்கவில்லை.
அழைத்து வித்தை ஏதும்
அப்பனோ புகட்டவில்லை.
இதற்காக
ஆண்டவன் கொடுத்த மூளை
அடுப்படிப் பூனையாமா?

நீண்ட விழியாள் துணையால்
குங்குமத்தைத் தண்ணீரோடு
குலுக்கிக் கலர்கள் செய்தேன்.
தங்காமல் உப்பைப் போட்டு
தனியான சோடா செய்தேன்.
ஏழைக் கென்றிரங்கி
எளிதான விலையில் விற்க
கருவாடு போன்ற வாழைப்
பழங்களும்,
புகையிலைக் காம்பும்
பீர்க்கன் இலையைப் பழிக்கும்
வெற்றிலையும், வெட்டுப்பாக்கும்,
சின்னப்பயல்களுக்கென்று
பலூனும்,
பெப்பர்மெணடும்,
பெரியவர்களுக்கென்று
நெய்ப்பொடியும்,
லேகாமருந்தும்
வகையாகச் சேர்த்துவைத்தேன்.

நாரணன் பெட்டிக்கடையின்
நாமமே பரவலாச்சு,
இன்று கடன் இல்லை என்ற
எச்சரிக்கை எதிரே இருக்கும்
என் பேச்சு தேனாய்ச்சொட்டும்
குழைவிலே வாங்குவோர்கள்
வண்டாகி, பின்னர்
வாடிக்கைக்காரர் ஆக
ஆண்டிரண்டோடும் முன்னே
தத்வங்கள் பொய்க்கக்கண்டேன்.
பல தத்வங்கள் கவிழக்கண்டேன்
உயிரற்ற ஜடத்தில் பெருக்கம்
உண்டாகாதென்ற கொள்கை
பொய்ப்பதை நானே கண்டேன்.

இருபது ரூபாய் முதலே
இருநூறாக மாறி
ஏற்றம் எனக்களிக்க
உருமாலை வாங்கிக்கொண்டேன்
ஓராளென ஆகிவிட்டேன்.
உருமாலை நாராயணனாய்
உருமாறி உயர்ந்தபின்னர்
அகமடியர் தெருவில் சின்ன
அங்கையற்கண்ணி மளிகைக்
கடையொன்று வைத்துவிட்டேன்.
சம்பளத்தை அள்ளிவீசச்
சுரங்கம் சுரக்கவில்லை.
தோதாகப் பொடிப் பையன்கள்
சம்பளமில்லாதுழைக்க,
தொழிலிலே தேர்ச்சிகொள்ள,
முன்வந்து தொங்கவில்லை.
எனவே,

கோழியுடன் எழுந்திருந்து
கோட்டானுடனே துயிலும்
கோலமே வாழ்க்கை ஆச்சு
சரக்கோ கொஞ்சம்.
எட்டு மணிநேரம்
தட்டாது விற்றால்
தட்டில் மிச்சம்

தங்கி இருக்குமா?
இப்படிக்கிருக்க,
எலிவேறு இரவில்
இராஜ்யம் வகித்தால்

என் உருமாலை மட்டும்
கிழியாமல் போமா?
போனாலும்
நீண்ட விழியாளின் அருள்
நீங்கவில்லை,
முதலுக்கும் மோசம்
மருந்துக்கும் காணோம்.

மண்ணெண்ணை பங்கீடு
வந்தது அருளால்
மண்ணெண்ணை வர்ணம்
இரண்டுதான் என்றாலும்,
மஞ்சளும் வெளுப்பும்
என்றாலும் பல பேர்கள்
கறுப்பென்று கதறினர்.
தம்படி நாணயம்
இல்லாமல் போனதும்
முதலுக்கு மோசம்
அணுகாத வேலியாய்,
உயிருள்ள அரணாய்
உவந்திட முளைத்தது
அங்கயற்கண்ணி
அடிகளே சரணம்!

தம்பிடி மிச்சத்தைக்
கேட்பவரில்லை,
சில்லரைப் போருக்கு
வருவோரும் இல்லை;
அங்கயற்கண்ணியின்
அலையோடும் அருளால்,
எண்ணைக்குப் பின்னர்
அரிசிக்கும் பங்கீடு
தானாகத் தங்கம்
தடத்தில் கிடைத்தால்
ஓடென்றொதுக்க நான்
பட்டினத்தாரா?

மீன் கொத்தி ஒன்று
உள்ளே இருந்ததால்
பங்கீட்டுக்கடை ஒன்று
பட்டென்று வைதேன்:

பணக்காரன் ஆனேன்.
பங்கீட்டுக் கடைகளால்
பணக்காரர் ஆனால்
பாவம் என்றேதேதோ
பேப்பரில் வந்தது.
பாவமொன் றில்லாவிட்டால்
பாருண்டா?
பசியுண்டா?
மண்ணில் பிறப்பதற்கு
நெல் ஒப்பும்போது
களிமண்ணில் கலந்திருக்க
அரிசி மறுப்பதில்லை.

நக்ஷத்திரம் போல,
நல்முத்துப் போல,
சுத்தமாக அரிசி விற்க,
பங்கீட்டுக் கடை என்ன
சல்லடையா?
முறமா?
நெல்மிஷினா?
பலகைக்காரியா?
மூட்டையைப் பிரிக்கு முன்னர்
முந்நூறு பேரிருந்தால்
சலிப்பதெங்கே?
புடைப்ப தெங்கே?
புண்ணியம் செய்யத்தான்
பொழுது எங்கே?
அங்கயற்கண்ணியின்
அருளென்ன சொல்வேன்
பங்கீடு வாழ்க!
பாழ்வயிறும் வாழ்க

(பங்கீட்டு முறை அமுலில் இருந்த
காலத்தில் எழுதப்பட்ட கவிதை)

ஞானி

ஒளி தோன்றச் செய்த அன்று
இருள் தோன்றச் செய்தாய் ஏனோ?
உருத்தோன்றச் செய்த அன்று
நிழல் தோன்றச் செய்தாய் ஏனோ?
அரளி தரும் அமுதம் சொன்னேன்,
போதையே அமுதம் என்றார்.
உடல் தோன்றி மறையும் என்றேன்.
உடல் சாகா மருத்திதென்றார்.
உன் கலை மதித்தேன் ஈசா
பழுதுகள் இன்று கண்டேன்.
உண்மையை அறிவில் நாட்டிப்
போலியும் ஏன் சமைத்தாய்?
உள்ளத்தில் அமுதம் காட்டி
உலகினில் நறவேன் வைத்தாய்?

ஆத்தூரான் மூட்டை

ஆத்தூரான் மூட்டை நாம்
அதிசயமென்போம்;

மெழுகுச் சுருணைபோல்
பந்தான கந்தல்;
சினிமாச்சுருள்போல
முடிவற்ற துணிகள்;
மூட்டை வாய்திறந்தால்
மூக்கை மிரட்டும்
மளிகைக் கடைக்குப்பை
தந்திடும் மணங்கள்.

ஆத்தூரான் மூட்டை நாம்
அதிசய மென்போம்.

ஆத்தூரானுக்குத் தொழில்
ஏதொன்று மில்லை.

பிறைதாங்கும் சிவன் போலப்
பையவே வருதல்,
மலர்தூங்கும் மரம்போல
மையத்தில் நிற்றல்;
போனால்,
ஓடைபோல் ஓயாது
லயத்தோடு போதல்;
ஈதன்றி தொழிலேதும்
அவனுக்கு இல்லை.

இல்லையென்றாலுமோர்
வேலையுமுண்டு.
கதிரவன் மேற்கைக்
கால்வைத்துத் தாண்டையில்
கருத்தொடு கால்வயிறு
எங்கோ நிரப்பிக்
கோணாது நாணாது
திண்ணைக்கு வருவான்.

ந. பிச்சமூர்த்தி

இடுப்பிலே வேஷ்டியே
இல்லாத இருளன்
தேடிய திண்ணையில்
மல்லிகை மெத்தைபோல்
படுக்கை விரிப்பான்;
இந்திரன்போல் கால்நீட்டி
மெத்தையில் படுப்பான்.

காலையின் வாள்வீச்சில்
இருள்மரம் சாய்கையில்
திண்ணைவிட் டெழுவான்
மெத்தை சுருட்டுவான்
தொழிலாளிபோல
தெருவோடு போவான்
பித்தன் ஆத்தூரான்;
தலையோடு செல்வது
ஆத்தூரான் மூட்டை

ஆத்தூரான் மூட்டை நாம்
அதிசயமென் போம்!
இல்லத்து மூட்டையை
என்னென்று சொல்வோம்!

கந்தல்போல் கண்கொண்ட
ஆயிர மாசைகள்;
காற்றாடிபோல வால்
ஆட்டும் உறுதிகள்
வாழ்வின் வினையேதும்
அறியாத இருளூடே
உலகத்தின் சாலையில்
ஊடாடும் நிழல்கள்.
நடைவழி செல்கையில்
குடும்பக் கனப்பாரம்
குரள்வளை நெறிக்கும்
சுவக்குரல், முனகல்!

ஆத்தூரான் மூட்டையோர்
அதிசயமென்றால்
இல்லத்து மூட்டையை
என்னென்று சொல்ல?

பூக்காரி

1

மழைக் காலின் மையிருட்டில்,
மேகம் குனிய இடி முழங்க,
வீடு வந்த மழையின் கண்ணீர்.
பூக்காரி பொங்கும் குரல்
மையிருட்டில் மேவி ஓங்கி
மழை நீரின் குரலினொடு
பரவிற்று திசையெங்கும்.
"மல்லிகை வேணுமா?"
"ஜாதி மல்லிகை?"

2

மழை இருட்டில்
தெருவி லொரு
ஈகுருவி பறக்கவில்லை.
மேகம் வலுத்தது.
மழை மீன்கள் துள்ளின.
மின்னல்கள் சிரித்து
மேகத்தைக் கொளுத்தின.
கூதலென்னும் நாகம்
குடையோடு சீறிற்று,
அஞ்சி ஒடுங்கிய அழகிய பெண்கள்
அடுப்பங்கரை சேர்ந்து
கணப்பை மருவினர்

ந. பிச்சமூர்த்தி

“மல்லிகை ரத்தினம்,
மருக்கொழுந்து பச்சை,
ஏறி மணக்கும் கூந்தலோர் வாரீர்.
மல்லிகை வேணுமா
ஜாதி மல்லிகை!”

என்றழுதாள் பூக்காரி.
பூக்காரி பொங்கும் குரல்
பெண்களை எழுப்பவில்லை.
சாரலின் கடுஞ்சினத்தில்
பூமோகம் ஆடவில்லை
பூக்காரி குரலினோடு
கூடிற்று மழையின் கண்ணீர்.
பூக்காரி பொட்டுக்கூடை
திரும்பிற்று வீடுநோக்கி. . .

3

உலகெங்கும் உற்பத்தியாய்
நாடெல்லாம் சந்தைமேடாய்
வியாபாரத்தில் போட்டிமூள
சந்தைக் குரலிடையே
போர் விதைகள் கருவடைந்த.
கனவுத் தெய்வம் கடைத்தெருவில்
கொட்டின்றி முழக்குமின்றி,
தூக்கிப் பேச ஆளுமின்றி
அருஞ்சரக்கை விரித்துவைத்து
வாங்குவோர்க் கேங்கிற்று.

“அன்புச் சரக்கு
அழியாத சரக்கு,
தின்றாலும் எக்காலும்
தித்திக்கும் சரக்கு,
வேண்டுவோர் வாரீர்
வாங்குவோர் கூடீர்”

சந்தைக் கலவரத்தில்
தெய்வக்குரல் கேட்கவில்லை
சந்தைக்கடை கலைந்ததும்
கனவுத் தெய்வம் போகவில்லை...

4

சூலம் எழுந்தது,
அண்டம் அதிர்ந்தது.
உலகெங்கும் கூடாரம்.
ஊரெங்கும் விஷப்புகை.
வானெங்கும் பிளேனிறகு
தெருவெங்கும் பிணமலை.
பீரங்கிக் குரல் பேச
கேட்டதொரு வேறுகுரல்.

"அன்பும் அஹிம்சையும்
விற்று வந்தேன் ஆதிமுதல்,
பூக்காரி பூவைப் போல
கண்ணெடுப்பார் யாருமில்லை.
ருத்திரனின் வெறிக்கூத்தில்
கடுமோகம் கொண்டுவிட்டார்.
காமனை எரித்த ருத்ரன்
கண் சிமிட்டில் தணிந்துபோவான்.
அன்பே சிவமாவான்
மங்கலமாய் மலர் தருவான்
வேண்டுவோர் வாரீர்,
வாங்குவோர் கூடீர்,"

பிளேனிறகின் உயரம்
தெய்வக்குரல் ஏறவில்லை.
நெஞ்சுடையாக் கனவுத் தெய்வம்
கூவுதலைக் குறைக்கவில்லை.
"அன்பே சிவமாவான்.
மங்கலமாய் மலர் தருவான்
வேண்டுவோர் வாரீர்.
வாங்குவோர் கூடீர்,"

ந. பிச்சமூர்த்தி

விஞ்ஞானி

கடவுளால் என்ன முடியும்?
புல்லைச் செய்வார்.
மேயவென்று மாட்டைச் செய்வார்
பொங்கும் நுரைப்
பாலைச் செய்வார்.
ஊட்டவென்று கன்றைச் செய்வார்.
மண்ணென்ற ஒன்றைத் தருவார்.
வளர்ந்திடும் ஏக்கம் தருவார்.
வானத்தினிடையே வீணில்
ஒளியினைக் கொட்டும் கோள்கள்
மந்தையை ஓட்டிச் செல்வார்.
கொடையெனும் பெரிய அன்பின்
மடைகளைப் பிடுங்கி வைப்பார்
நாமன்றி கடவுளேது?
நாமவர்க் கிளைப்பதேது?
புல்லுக்குப் போட்டியாக
மண்டும் கிருமி குண்டைச் செய்வோம்
மாட்டுக்குக் கன்றைக் காட்டி
பாலினைச் சுரக்கச் செய்யும்
மடமையை,
கலையின் குறைவை,
காட்டுவதற்காக வெனறே
வைக்கோலும் தோலும் ஆன
தந்திரம் ஒன்றைச் செய்வோம்,
பாலை யாம் வரவழைப்போம்,
உழைப்புக்கு ஓய்வை அளிக்கும்

உணவு சத்துக்கள் செய்வோம்.
ஆண் பெண்ணின் கலவியின்றி
உயிரை உற்பத்தி செய்யும்
உயிரியல் மர்மம் தேடி

உழைக்கின்றோம்,
வெற்றி காண்போம்.
நோக்கின்றி சாட்டையின்றி
தானாக விரையும் கிரகமாம்
சந்திரன், செவ்வாய், சுக்ரன்
மீதினில் குதிரை ஏறி
தளங்களை அமைத்து விடுவோம்.
அருளெனும் ஜாலவித்தை
செலாவணி ஆகாதய்யா.
மடமையால் உலகைச் செய்தால்,
அறிவினால் களைதல் தவறா?

ந. பிச்சமூர்த்தி

கிறுக்கன்

கிறுக்கன் என்றே எல்லோரும் நினைத்தனர், கூறினர், ஏர்க்காலுக்குள் காளையைப் புகுத்திப் பழக்கிவிட்டால் திமிர் ஒடுங்கிவிடும், வண்டி ஒழுங்காய்ப்போகும் என்று பெற்றோர்கள் கருதினர். பரிவு கொண்டு மகனைத் திருமணப் படகிலேற்றிவிட்டனர்.

இளங்காலையில் காதலின் காற்றெழுந்தது. மதியத்தில் சூறவளியாயிற்று. கண் குருடாயிற்று. வயிறு இருந்த இடம் தெரிய வில்லை. இன்பத்தின் நடுவில் உயிர் குழைந்துகொண்டிருந்தது. மாலை மஞ்சள் இறங்கியதும் காதலின் வெறி அடங்கிவிட்டது. கண்ணினால் கண்ணைப் பார்க்கும் ஊமை அரவமெல்லாம் ஓய்ந்த காற்றாய் ஒடுங்கின.

“காற்றெல்லாம் படுத்துப் போச்சு. தொடுவானம் கனவாய்ப் போச்சு. படகுக்குத் துடுப்பு வேண்டும். பிழைப்புக்கு வழியைப் பார்ப்போம்” என்றாள் காதலி.

அம் மொழியைக் கேட்டு, மணமான பெரும் கிறுக்கன், பேனாவை எதிரே வைத்து, மையினால் மாலையிட்டான்.

அவள் சிரித்தாள்.

“கிறுக்கரே! காணாத ஒன்றைக் காட்டி. கேளாத ஒன்றைக் கூறி, அம்பலத்தாட்டமெல்லாம் தெருவிலும் அணுவுக்குள்ளும், திசையிலும் உணர்வுக்குள்ளும் நடைபெறும் உணர்த்தி, திரையினைத் தள்ளித் தந்த கவிஞரே! சென்ற வாரக் கவிதை எங்கே? கற்பனைக் குதிரையின் கும்மாளம் எங்கே?” என்று கேட்டனர் கூடிய நண்பர்கள்.

“எழுத்தினால் நூற்றதுண்டு, நெஞ்சத்தின் பாவும் அறிவின் ஊடும் இணைந்த ஆடையைத் தந்ததுண்டு. உலகத்துச் சரக்கைச் கொண்டு, கள்ளச் சாராய உலையில் மர்மமாய்க் காச்சியதுண்டு.பொங்கிவரும் புது மதுவை உண்டதுண்டு. உலகத்துக்கும் தந்ததுண்டு. ஆனால்... ஆனால் குடிகாரனா யிருந்தால் குடும்பங்கள் பாழாய்ப் போகும். நரம்புக்கும்

தசைநாருக்கும், உடலுக்கும் உள்ளறிவுக்கும், உலகம் அளிக்கும் பரிசுகளுக்கும் நானிலத்தின் நடப்புகளுக்கும் நான் பட்ட கடனை மறந்தால் – நாம் பட்ட கடனை மறந்தால் – ஊனுடல் சூம்பிப் போகும்: உலகத்தின் செல்வங்கட்கெல்லாம் காச நோய் வந்து சேரும். ஏழ்மையே அரசாய் ஆளும்" என்று கூறினான்.

"இதோ சென்ற வாரம் செய்த புதுக்கவிதை" என்று சொல்லித் தான் நுற்ற நூறு சிட்டம் நூலை நண்பர்கள் கண் முன் கொண்டு வைத்தான்.

நண்பர்கள் சிரித்தனர்...

"ஏழ்மைக்கு எரிலாவணி பாடும் நெருப்பரே! உழைப்புக்கு மகுடம் சூட்டும் உத்தமரே! வணக்கம்" என்றனர். அவர்கள் அறிஞர்கள், லோகாயதர்கள். உலகத்தின் நோய்களுக்கு வைத்யம் செய்ய சிவப்பும் கறுப்பும் பச்சையுமாய் மாத்திரைகளை அள்ளிவிடும் அல்லோபாத் வைத்யர்கள்.

"உழைப்பைப் பாடும் தோழரே! சொல்லினைச் செயலில் காட்டும் சீலரே! கர்ம வீரரே! வணக்கம். உழைப்பின் உண்மையை உணர்ந்த – பின்னும் எங்கள் முன்னணிச் சுடரில் கற்பூரம் ஆகாதேனோ! இவ் – வழியின்றேல் உய்வில்லை என்று பாடாததேனோ? வாருங்கள், சேருங்கள்" என்றனர்.

"உழைப்புக்கு வணக்கம். சோம்பலுக்கும் பெரு வணக்கம். பசியும் உழைப்புமின்றி, கண் முன்னே வளர்ந்துயரும் இயற்கையின் ரசாயனத்திற்கும் பெருவணக்கம் கட்சிகளுக்கு வணக்கம். அதைவிட மனிதனுக்கும் சிந்தனைக்கும் வணக்கம்" என்று கை எடுத்துக் கும்பிட்டான்.

கிறுக்கன் என்று வந்தவர்கள் சிரித்தனர்.

சுமைதாங்கி

கழுத்திறுக்க,
கண்பிதுங்க,
நெற்றியில் வேர்வை
முத்தாகி உருண்டோட,
வாயில் உப்பாக;
சந்தைக்குச் சுமையொடு
செல்கின்றேன்.
கூடையை இறக்கி ஏற்றுந்
துணையாரும் காணவில்லை.
சுமைமாற்றி ஏதேனும்
இருக்கலாகாதா? . . .

தானே அழுதழுது
பிள்ளை பெற வேணுமென்று
நெஞ்சற்ற வைத்தியர்களும்
முதியவரும் சொன்னபடி
செய்ய முயன்றேன்,
முயல்கின்றேன்,
இடுப்பில் கையும்
இருளூடே முனகலுமாய்
ஓடிந்து குமைகின்றேன்.
பண்ட மாற்று முறை இங்கு
இருக்கலாகாதா?

உணர்வை விலக்கி,
உள்ளொளியை எள்ளி,
தன்னறிவு வழி செல்லும்
தனிச் சுமையை ஏற்று,
வாழ்வின் அடிப்படையைக்
குடைந்தறிய முற்பட்டேன்.
தருக்கமும்,
முடிவில்லா முட்புதரும்,
சப்பாத்திப்பழம் சடைத்த
வெறுமையே வாழ்வாயிற்று.

வேதனையே அரசாயிற்று.
சுமைதாங்கி இல்லாப்பாழில்,
சுவடில்லாப் பாலையில்
சுற்றும் கிறுக்கானேன்.
இறக்கி வைக்க இடமும்,
ஓடுங்கால் ஆதரவும்
இல்லாத வாழ்வுக்குச்
சுமைதாங்கி தேவையன்றோ?
பாதை தேவையன்றோ?
தன்னுடைய தோள்மீது
தானேறும் திறமை
எனக்கில்லை.
உங்களுக்குண்டா?

ந. பிச்சமூர்த்தி

லீலை

மண்ணில் பிறந்தால்
வானேற ஆசை,
காலோடிருந்தால்
பறப்பதற்காசை,
வானாயிருந்தால்
பூமிக்கு வேட்கை,
கொண்டலாயிருந்தால்
மழையாகும் ஆசை.
மின்னாயிருந்தால்
எருக்குழிக்காசை,
எருக்குழியானால்
மலராகும் பித்து.
இரும்பாயிந்தால்
காந்தத்திற்காசை,
துரும்பாயிருந்தால்
நெருப்புக்காசை,
தனியாயிருந்தால்
வீட்டுக்கு ஆசை,
வீட்டோடிருந்தால்
கைவல்யத்திற்காசை.
நானாயிருந்தால் நீயாகும் ஆசை.
உனக்கோ?
உலகாகும் ஆசை.

போலி

கண்ணைப் பிடுங்கும்
கலைஞர்களைக் காண்கின்றேன்.
கனலை எழுப்பும்
கலைஞர்களைக் காணவில்லை.
எழுத்தைச் சுழற்றும்
மன்னர்களைக் காண்கின்றேன்.
எண்ணத்தை மின்னாக்கும்
எளியோரைக் காணவில்லை.
உலகின் திரை தள்ளும்
கடவுளரைக் காண்கின்றேன்.
உயிரை வணங்கும்
உத்தமரைக் காணவில்லை.
தாழை மடல்தேடி
கதம்பத்தைச் சோதித்தால்,
பனங்குருத்தாய் பல்லிளிக்கும்,
பயித்தியத்தைக் காண்கின்றேன்.
கண்ணும் கனலும்
எழுத்தும் கருத்தும்
உலகும் உயிரும்
தாழையும் கதம்பமும்
உண்டாக்கியவா!
உண்டாக்கியவா!
பொருளுடன் நிழலேன் படைத்தாய்?
போலிக் குயிரேனளித்தாய்?

ந. பிச்சமூர்த்தி

திறவுகோல்

வாழ்வுக்கு வக்கணை சொல்ல
வந்த பழம் தராசுக்காரர்
வர்த்தகராய்,
வணிகராய்,
பண்டமாற்றுப் பரம்பரையாய்
உழைப்புக்குக் கூலியும்,
உடைக்கு விலையும்,
நெல்லுக்குப் பண்டமும்
மூச்சுக் கெதிர்மூச்சும்
கொடுப்பதை நெறியாக்கி
இருப்பதை ஒளிக்கச் சொன்னார்.
மாட்டுக்குக் கொட்டைபோடு
மடியிலே கைவை என்றார்.
வயலுக்குத் தண்ணீர் பாய்ச்சி
வீட்டில் வாய்திறந்திடென்றார்.
ஒன்றைக் கொத்து
ஒன்பதைக் கொள் என்றார்
தோட்டத்தில் நட்ட செடியை
விடியுந்தோறும் பார்த்தால்,
சளைக்காமல் தினந்தோறும்
வெடிக்கும் மலர்முரலும்
“என்னை எடுத்துக்கொள்
இன்னுயிரைப் பறித்துக்கொள்
என்னை அண்டாமல்
எட்டிநீ நின்றாலும்

இளித்தாலும்
கறுத்தாலும்
என் மணத்தால் தொத்துவேன்,
ஏற்காமல் முடியாது.
மயக்கநெறி வேண்டாம்
மனிதனே" என்று சொல்லும். . .
முரட்டிருட்டில் மூழ்கி
முள்ளுவழி செல்லுங்கால்
தங்கத் தமுக்காயிரம்
தடதடக்க ஏறிவரும்
பழம்பரிதி தானாக
"ஒளி இந்தா,
விலை இல்லை,
வாடகை இல்லை.
திகைப்படைய வேண்டாம்,
வழி இதுதான்,
செல்வோம் என்றான். . .

இயற்கையும் என்னுள்ளத்தில்
கைதாழா திருக்க எண்ணும்
தராசுக்காரா!
கர்வமே,
வர்த்தகப் பிறப்பே
நீட்டத்தான்
கையைக் கொடுத்தேன்,
ஏற்கத்தான்
அங்கை இளித்தேன்
ஏற்பதிகழ்ச்சி என்றால்
எங்கிருந்தீய வருவாய்?
ஈவதும் கொடுப்பதாகாதோ?
தராசைப் படுக்கவைத்து,
வாழ்நெறித் திறவுகோலை
வாங்கிக்கொள்"
என்றுரைத்தாள்
ஏற்க நான் கை விரித்தேன்.

மணல்

கண்ணில் விழுந்த மண்ணைக்
கண்ணுக்கே விட்டுவிடு
கைவைக்க வேண்டாம் கேள்
வைத்தால்
கண்கள் சிவந்து விடும்
தோழர்கள் பார்ப்பார்கள்.

"ஒருசொட்டு விளக்கெண்ணை
விழிகளிலே ஊற்றி,
வெறுமனே ஒருக்களித்துக்
கிடந்தால்
வினை தீர்ந்து பேகும்."

போடா போ,
விளக்கெண்ணை வழவழா
வீணாய் எதற்கு?
முலைப்பாலில் மூன்று சொட்டு
விழிக்குள்ளே விட்டால்,
கடல் எற்றும் பொருள்போல
மணல் வந்து விழியோரம்
கரையேறி நிற்கும்."
கண்ணே!
கைவைக்க வேண்டாம் கேள்.
மருத்துவர்கள் தாமாய்
மர்மமாய் இருக்கின்றார்
கண்ணீர் இருக்கு
தூக்கச் சிகித்சை தரும்

காலமும் இருக்கு
இயந்திரத்தைச் செய்த கடவுள்
பட்டறையும் அதிலிருக்கு
கைவைக்க வேண்டாம் கேள்...

கைவைப்பேனென்றால்,
முத்துச் சிப்பி நீ
ஆகி விடு,
உடலில் புகுந்த மாசைத்
தொடைக்கும் தொல்லைக்கும்
முத்துச் சிப்பிக்கும்
வெகு தொலை தூரம்.
தன்னுயிரின் ரஸத்தை
தன்னையே அறியாது
தானாக மாசின் மேல் பூசி,
மாசை உருவாக்கிப்
பின்னர் மணியாக்கி,
ஏழுவண்ணச் சால்வையையும்
இடை இடையே தைத்து
நல்முத்தாக்கி
ஆனந்தம் கொண்டால்
முத்துச் சிப்பி ஏலம்வரும்.
முழுமூச்சுப் போட்டி வரும்.
மாசு மணி ஆச்சு
மணலை நீ மணி செய்வாயா?
கண்ணே!
மணியே!
கண்ணில் வரும் நீர்
கண்ணில் விழுந்த மணலா?
முத்துச் சிப்பியுள்
விழுந்த மாசா?

ந. பிச்சமூர்த்தி

கண்டவை

விழுந்துடைந்த நிலவு
வேதனைப்பட்ட இரவு -
நாயின் துயருக்கு முச்சந்திவடிகால்...
கடற்கரை,
மரநிழல்,
நடை பாதை -
குடிக்கூலி ஜன்னிக்குக்
கசப்பான மருந்து...
பதைபதைக்கும் வெய்யில்,
கருவாய்த்த ஒட்டச்சி
புகையிலைக் காம்பில்
அமுதச் சுரப்பு...

கலை

வித்தை ஒன்று கண்டு
வெடித்துப்போனேன்
தண்ணீர்த் தாம்பாளத்தில்
நெட்டி மொக்கை இட்டபோது
மலர் விரிந்து,
வண்ண எழில் விரிந்து
மனத்தை விழுங்கக் கண்டேன்.
மனத்துள்ள சின்னப்பயல்
மெதுவாய்ச் சிரித்தான்
"இதற்கு வேரேது?
மணமேது?
காதலியின் அன்புக்கிது
ஓடமாமா?"
இது "கலை" என்றான்
தண்ணீர்த் தாம்பாளத்தில்
நெட்டிப்பூ சொடிங்கிற்று.

ந. பிச்சமூர்த்தி

காதல்

கனிவால்,
கண்ணடங்காக் காதலால்,
காதலின் கலவிபெரும்
தெளிவில்லா ஆத்திரத்தால்
என்னில்லம்
வருவீர் என்றேன்.
நாளுக்குப் புள்ளி
நான் குத்தவில்லை,
சித்தச் சிவப்போக்கில்
இஷ்டப் படும்போது
எழுந்தருள வேண்டுமென்றேன்.
சற்றும் எதிர்பாராமல்
நேற்றென்னைக் காண்கையில்
நாளை வாரேனென்றார்
மயிர்கூச் செறிந்தது.

வீட்டைப் பெருக்கி
கரும்பளிங்காய் மெழுகி,
மாக்கோலமிட்டு
மாவிலைத் தோரணம்
மலருடனே கலந்தமைத்து
வாசத்தை மூட்டி
வீட்டை அழகுசெய்து
என்னையும் அழகு செய்தேன்
வரவுக்கு வேர்த்திருந்தேன்
நிமிஷமோ யுகமாச்சு
யுகமோ முடியவில்லை.

அவரைக் காணோம்.
ஒருக்கால்
அன்பின்றி
உருக்கமின்றி,
மெய்யான ஊன்றலின்றி
பிறந்ததோ என்னழைப்பு?
அதில்
கைப்பற்றும் தன்னலம்
கலந்தர சிருந்ததோ?
மூன்றாம் கண்ணுக்கு
முழுஉண்மை விளங்கிற்றோ?
வரவே மாட்டாரோ?
அவர் வரவே இல்லை.
கன்னத்தில் நீர் கோடாச்சு. . .

எண்ணாத நாளொன்றில்
வந்தார் –
கோடை மழைபோல்
காட்டாற்று வெள்ளம்போல்
வீடெங்கும் குப்பை கூளம்,
எங்கிலும் கந்தல் துணிகள்.
முகமெங்கும் வேர்வை,
கை எங்கும் சமையல்
மனமெங்கும் இல்லநெடி,
சிறு புகைச்சல்,
ஒட்டடை.
வேளை பார்த்தா
நாதர் வந்தார்?
அசடானேன்.

கேட்பதல்ல காதல்
தருவதுதான் என்று
தரையில் அமர்ந்தார்
என்னைக் காணேன்.

காட்டு வாத்து

பூட்டியிருந்தால்
பேர்த் தெறிய முயலாதே
குடைக் கம்பி தேடாதே. . .
கட்டிடம் கட்டவரும் கடப்பாரையை
ஆயுதமாக்காதே.
ரத்தத் துளியைப்
போர்க் கொடியின்
ஊடும் பாவும் ஆக்காதே.
புரட்டி எறியும் பெரும் வேலை
உனக்கில்லை,
உலகைத் திருத்தும் உத்தமச் செய்கை
உனக்கேனப்பா ?
சுவரும் ஆயுதமும்
உயரமும் பள்ளமும்
சுயநலத்தின் அலங்கங்கள்
உன்னைத் திருத்த
உலகில் வந்தவர்கள்,
பிறர் சுமையைத் தூக்க
வகாலத் வாங்கியவர்கள்
பொதுச்சேவை என்று
பலசரக்கு கொணர்ந்தவர்கள்
வந்தவழி சென்றுவிட்டார்.
சுமையும் ஏடுகளும்
ராமபான பூச்சியும்,
காதுடன் உறவாடும் உபதேசப் பந்தலும்
காசுக்குத் தூண்டிலிடும்
கலாசாரக் கைகளும்தான் மிச்சம்.
நீரளவே ஆகுமாம் நீராம்பல்,
நீ தின்ற சோற்றை
அவன் செரிக்க முடியாது.
உன்சோகைக்கு மருத்து அவன் தின்றால்
நோய் இறங்காது
உயிர் ஏறாது. . .
வானத்தின் திண்ணைமீது

வாகாய் அமர்ந்து
வேர்வையும் வேதனையும்
விசிறாத எதிர்மறையில்
குனிந்து,
இரங்கி,
கோபுரச் செருக்கொலிக்க
வாழ்வுக்கு வழிகாட்டும்
வரையோட்டுச் சாத்திரம்
சொல்ல நான் வரவில்லை.
ஓமமும் சீரகமும்
ஒன்றாய் ஆக்கி.
அப்ரேக்கை கண்ணாடி ஆக்கி
சுயநலத்தைப் பொதுத்தொண்டாக்கும்
ஜாலக் கண்ணாடிவித்தை
காட்ட நான் பாடவில்லை.
பழவேதப்படையை ஒட்டி
லோகாயத வேதப்படையின்
தமுக்காய் ஒலிக்க நான்
தரணியில் அதிரவில்லை.
மனுக்கால வெள்ளம் போச்சு,
மார்க்ஸ் கால வெள்ளம் போகும்,
பூமித்தாய் கருணை வெள்ளம்
எக்காலும் வடியாதோடும்.
இயற்கையின் ஓயாத்தானம்,
உயிர்களின் ஒழியா உழைப்பு
செயற்கையின் சிலுப்பலிடையே
மலையாக நிலைத்து நிற்கும். . .

இதற்கிடையில்,
நாலு மூலைத்தாச்சி
நடுவாடும் சித்தம்,
சென்றதற் கேக்கம்
வருவதற்கு வாழ்த்து,
கண்முன்,
வேரைப்பிடுங்கி முன்னேற்றம் காணும்
விஞ்ஞான விந்தை!
நீ தின்ற சோற்றை
அவன் செரிக்க முடியாது,
உன் சோகைக்கு மருந்து
அவனுண்டால் போகாது. . .

தண்ணீர்ச் சொட்டின் தயவால்
வெள்ளமும் கடலுமானால்
நிகழும் நிமிஷத்துள்
நிலைத்துள்ள அண்டத்தை,
தொடரும் வினாடியில்
துயிலும் சத்தியத்தை
வாழ்வை,
மூடிக்கிடக்கும் காலத்தொடரை,
காலாதீதத்தை, வாழ்மெய்யை
நிராகரித்து,
ஊஞ்சல்போல் முன்னும் பின்னும்
ஆடிக்கிரீச்சிடுவானேன்?
பின்நோக்கி,
சரித்திரம் வரலாறென்று
மண்வெட்டி குந்தளத்தோடு
பிணக்குழி பறித்துப் பார்த்தால்
வாழ்வின் கொதிஉலைக்குப்
பருப்பாமா?
பாபைரஸ் சுருளும்,
பனை ஓலைப் பழம்பழுப்பும்,
சென்ற பெருமையும்
வழக்கொழிந்த பண்பாடும்,
இன்றைய வாழ்வுக்கு
வழிவந்து காட்டுமா?
மண்வெட்டி வந்தால்
புழுதி எழும்.
தர்க்கப்பந்தலெழும்,
இன, மொழி, தேதிச் சுருக்கு
நிகழ் நிமிஷப் பரியின் கழுத்தில்
சூழ்ந்து கொண்டிறுகிக்கொல்லும்...

அன்றி
கிட்டத்தில் மினுக்கி ஆசைகாட்டி
எட்டியதும் எட்டப்போகும்
வருங்கால வாழ்வின்
வரிசை, சீர் முழக்கிவந்தால் –
உழைப்பாளியின் கையில் காசிருக்கும்
எனில் வயிறு கொடியில் உலரும்.
பட்டினிச் சலிப்பின்
குறைதீர்க்கும் குளத்தில்

பெற்றோர்கள் குழந்தைகளுடன்
விழுந்து மிதந்த கதை
பத்திரிகை பேய்ப்பசிக்கு
பொறியாகிப் பெருமைதரும்,
வருங்காலப் பெருமக்கள்
வாழ்வுப் போராட்டத்தில்
புத்தம்புது வெற்றி வரும்,
எனில் புகை அடங்காது.

தன்னறிவுக்கும் மேல்
தனி அறிவுக் கப்பாலும்
தரணியையும்
தராதலங்களனைத் தினையும்
உடலாக்கிப் புகுந்து
விஞ்ஞானிகள் வியக்க
விளையாடும் சக்தியினை,
உதிரத்தில் ஒன்றியதாய்,
உள்ளுக்குள் இருந்து
கணத்திற்குக் கணம்
உசுப்பாமல் வழிகாட்டும்
உணர்வாய் உணர்ந்துவிட்டால்
முன்னும் இல்லை,
பின்னும் இல்லை,
தொடர்சங்கிலி.
முழுதும் இன்பம்.
முற்றிலும் உணர்வு...
அன்றொருநாள்
வேடந்தாங்கலில்
அந்தி விழும் நேரம்
கடலலை போல் நீர்ப்பரப்பு.
நாற்கரையும் கவிந்தமரம்
நடுவில் மரத்தலைகள்
எண் திசையும் சிரிப்பதுபோல்
சிறகடிக்கும் சத்தம்.
தன்னினத்தைப் பேணும் உணர்வில்,
நெறியோ நீதியோ,
நீண்ட கதைகளோ,
கலாசார மரபோ, மமதையோ
புகட்டாத மெய்யுணர்வால்

ந. பிச்சமூர்த்தி

மூவாயிரம் கல்தாண்டி
இங்கு வந்த பறவைச் சத்தம்.

பறந்து வரப் பாதை உண்டா?
பார்த்துத் தெளிவு பெற
படங்களுண்டா?
தவறைத்திருத்தப்
பகுத்தறிவுண்டா?...
விஞ்ஞான அறிவுக்
கெட்டாத உயிரணு,
பறக்கும் சாத்திரத்தை,
படித்தறியாக் காட்டுவாத்து
சைபீரியாவைவிட்டு
வேடந்தாங்கலில்
தண்ணீரில் மூழ்கிய
தலைமயிர் போல் விரிந்திருக்கும்
ஏரி நடு மரத்தில்,
கூடுகட்டி வீடு கண்டு,
முட்டை இட்டுக் குஞ்சு கண்டு
உயிரின் இயக்கத்தை
விண்டுவைக்கும் காவியத்தைக்
கண்டபின்னும் உன்வழியைக் காணாயோ?
பாடம் கேட்காமல்
பாதை காட்டாமல்,
குஞ்சுகளும் தாமாய்
சைபீரியாசெல்லும்
இயல்புணர்வைக் கண்டபின்னும்
ஒளியைக் காணாயோ?
பூட்டை மறந்துவிடு.
உனைக் கொணர்ந்த
உயிரின் பெருமியக்கில்
ஒளிந்தசையும்,
உள்விசையை,
சிந்தனையே அறியாத சிவந்தரத்தம்
உடலென்னும் ஒன்றைச் செய்யும்
விந்தை விஞ்ஞானத்தை,
உணர்ந்து வணங்கி
காட்டுவாத்தாகி
சிறகை விரி,
வாழ்வும் வேடந்தாங்கலாகும்.

கைவல்ய வீதி

அமைதிக்குப் பேர்போன
ஆறடி வீதி,
எட்டுக்கு எட்டடிக்
குச்சில் குடும்பத்தை
நட்டு நிலை காணும்
நிபுணர்கள் வீதி.
எட்டாத குடிக்கூலி
மரத்தின் பழங்கள்
கைஎட்டத் தழைத்திடும் கைவல்ய வீதி,
மோட்டார் எமன் நிழல்
பாராத வீதி.
இரவின் அமைதிக்குப் பேர்போன வீதி. . .

தண்ணீருக்குள்ளே
சுவாசிக்க முடியாது
குச்சுக்குள் கோடையில்
தூங்கவும் முடியாது
எனவே,
கோடை இரவின் கூரைப்பரப்பின் கீழ்
இருளைச் சல்லடைக் கண்ணாய்த்
துளைக்கும் உடுக்களின் கீழ்
நலிந்த பழங்கள்
நாலிரண்டு கூறாக,
தெருக்கடையில் தெரியும்
திருட்டு வரிசைபோல,
பாதை ஓரங்களில்
பாய் விரித்து,

கட்டாந்தரை விரித்து,
கையை
தலையணையாய் வைத்துத்
துயில்பவர்கள் குப்பலுக்குப்
பேர்போன வீதி...
நள்ளிரவில்,
பால்காரி வீட்டுத் தெரு எருமை
வீண் வம்பாய்
தன் குரலால் வெளியைத்
தமர் போட்டுத் திகைக்கவைக்கும் வீதி...
கள்ளன் போல் நடுநிசியில்
கோடைமழை வந்தால்
மாலைநேரத்து மரத்துக்கு
மடங்கிவரும்
காக்கைகள் தோழருக்கு
எச்சரிக்கும் குரலால்
தூங்கும் சுற்றத்தைத்
தட்டி எழுப்பும் தலைவர்கள் வாழ் வீதி.
குரல் கேட்டுத் தெருவை விட்டு
மழை நாள் மாடுகள் போல்
குச்சுக்குள் ஒண்டி
உடலின் சூட்டால்
போர்வையைப் போர்த்து
ஊமையாய் உறங்கும்
கலைஞர்கள் வாழும் கைவல்ய வீதி

கைவல்ய வெளியில்
கடவுளைக் கண்டேன்
கண்ணைச் சிமிட்டினார்.

கொக்கு

படிகக் குளத்தோரம்
கொக்கு.
செங்கால் நெடுக்கு.
வெண்பட்டுடம்புக்
குறுக்கு
முடியில் நீரை நோக்கும்
மஞ்சள் கட்டாரி மூக்கு.

உண்டுண்டு
அழகுக் கண்காட்சிக்குக்
கட்டாயக் கட்டணம்.
சிலவேளை மீனும்
பலவேளை நிழலும். . .

வாழ்வும் குளம்
செயலும் கலை
நாமும் கொக்கு.
சிலவேளை மீனழகு
பலவேளை நிழலழகா?
எதுவாயினென்ன?
தவறாது குளப்பரப்பில்
நம்மழகு —
தெரிவதே போதாதா?

வழித்துணை

என்றோ நமது புராணங்களில் படித்த ஒரு கதை இதற்கு ஆதாரம். கதையின் கருவை மட்டும் எடுத்துக் கொண்டேன். கருவுக்கும் உருவுக்கும் இடைப்பட்ட சப்த தாதுக்கள் என்னுடையவை.

1

பல்லாண்டு பல்லாண்டாய்
பாண்டங்கள் செய்து
பழுத்தவிரல் படைத்த
பண்டைப் பழங்குயவன்
பணிசெய்யும் வேளையின்
இடைநேரத் திரையில்
முயலுதடு, மூக்கறையன்,
பன்றிக்கண், தொன்னைச்செவி,
குச்சிக்கால், மோழைவிரல்,
ஏற்றச்சால் வயிறு,
மழை கரைத்த ரஸ்தா
கப்பிக்கல் பல்வரிசை –
படைதிரண் டெழுவதைப்
பார்த்துப் பதைத்தான்.

ஏமாற்றும் காற்றை
உட்கொண்ட பாண்டங்கள்
ஒலிக்காத பேச்சில்
வினவுவதை உணர்ந்தான்.
"பலயுகமாய்ப் பணியில்
விரல்பழுத்துப் போனாலும்
நின்று நிதானிக்க
நேரம் கிடைக்காமல்,
காலத்தின் திருட்டுகதி
குளம்படிக் கஞ்சி,
வெந்ததும் வேகாததுமாய்
பச்சையாய்,

அரை வேக்காடாய்,
அவசரத்தில் பாண்டங்களை
அறுத்துத் தள்ளும்
சட்டிபானைக்
கடைக்காரனா நீ?
மர்மம் அறியாத
மலட்டுக் கலைஞனா?
வனப்புக் கடலறியா
வாவித் தவளையா?"
பேச்சைக் கேட்டதிர்ந்து
நிலைபுரண்டு மண்ணில்
நெடும்பனையாய் வீழ்ந்த
பண்டைப் பழங்குயவன்
குமரபுரக் காட்டின்
மூலிகைக் காற்று
முகத்தில் பட்டதும்
விழியைத் திறந்தான்.

2

குமரபுரத்தி லொரு
தச்சன் – கொல்லன் –
கொத்தன் – கலைஞன்
எல்லாம்,
கற்பகத் தருவாய்
வேண்டுவோர்க்கு வேண்டுவதாய்
ஆகும் மேதை,
பொருளுக்கு அடிமை
ஆகாத பேதை.
செய்வதைச் சுத்தமாய்
செய்வதில் மனத்தை
கற்பூரமாக்கும்
இயல்புப் பைத்தியம்.
தச்சன் கொத்தன் என்று
வில்லைகள் ஒட்டி,
பலவேறு பணிகளுக்கும்
பரிந்தழைத்தாலும்,
வேலையைக் கறந்து
கூலிக்கு நாமம்
குழைத்துப் போட்டாலும்

பதறாத ஊமை.
சிதறாத ஆமை.
செய்யும் வேலையன்றி
சாயுஜ்ய மறியாத
செங்கால் கொக்கு.
செயலும் சித்தமும்
விரலும் திறமையும்
ஒன்றாகி வாழ்வில்
தலைமை தந்தாலும்
தனிப்பிறவி தடத்தூடே
செல்லும் தேனீ...

சுவடில்லாப் பாதையில்
வழிகாட்ட
நத்தைக்குக் கொம்புண்டு
யானைக்கு முன்கால் உண்டு,
குருடனுக்குக் கோலுண்டு;
தச்சனோ
தினத்திற்கும் வழிகாட்டும்
கைக்கோலைச் செய்ய
வனத்திற்கு ஓர் நாள்
வழிந்தாடி வந்தான்.

காலையில் வந்தவன்
கண்ணோட்டம் விட்டான்;
மருதை, மா, பலா,
கருங்காலி, நாகை,
வாகை, வேங்கை,
கல்லாலம், காட்டுப்பனை,
வெப்பாலை, நிலவேம்பு.
காட்டிலந்தை, குருந்தை –
அத்தனை மரங்களும்
அன்பார்ந் தழைத்தன.
என்றாலும்
தகுந்த கொம்பைத்
தேர்ந்தெடுக்கும் சோதனையில்
கடமைக்கும் கலைக்கும்
கருணை நெகிழ்வேது?
கருங்காலி பாறாங்கல்,
மருதை மாம்பழநார்.

கல்லாலமதை இழைத்தால்
இழைப்புளியின் வாயுதிரும்.
காட்டுமர வகை எல்லாம்
தனித்தனியாய் சோதித்து
நல்லதைப் பொறுக்க
பிடித்தநாள் கணக்கை
விழிதிறந்த குயவன்
வியப்புடனே கணித்தான்.

தான் விழுந்த நாளில்
நண்டு நடமாடும் கடகத்தில் இருந்த ரவி
இன்றோ
முதலைக் கரவிருக்கும்
மகரத்தில் தென்பட்டான்
வெண்மரக் கிளை எதிரே
வெட்டிக் கிடந்தது.

மரம் பொறுக்கவா
மாதம் ஆறு?
ஆறு மாதத்தில்
அவனாயிருந்தால்
ஆறு லக்ஷம்
அறுத்தெடுதிருப்பான்!
காலக் கண்ணற்று
கிணற்றில் வளையவரும்
ஆறுகால் பூச்சி இவன்
என்று நகையாடிப்
பழங்குயவன்
வானேறிச் சென்றான்...

ஆதிக்குயவன்
அமைதியுடன் சூளையிலே
பண்டைப் போக்கில்
பாண்டங்கள் செய்தாலும்,
அதிசயமாய்,
தச்சனும் மரக்கிளையும்
மன அலையில் அமிழ்ந்தெழுதல்
கண்டு படபடத்தான்.
இதை
அசட்டையுடன் அடிமனத்தில்

ஆள்வதற்கு விடவா?
அன்றி,
நினைவுடனே,
வானத்தில் சாளரத்தில் கண்ணோட்டி
பாலைப் புளிக்கவைக்கும்
பழக்கத்தைப் பயிலவா?
எண்ணெண்ணி எண்ணி
இருக்கையிலே மற்றொருநாள்,

3

குமரபுர கிராமத்தார்,
தொழிலாளர், மற்றவர்கள்,
கூடவே தச்சனின்
நிலைகுலைந்த மனைவியும்,
காணாதுபோன தச்சனைத்தேடி,
கடைசியில் காட்டில்
கண்டதும்......
குடும்பம் மறந்து
ஊர்மறந்து
கைக்கோலைச் செய்யும் சிறு பணியில்
வாழ்வுப் பெருநாளை
பாழாக்கும் பேதையைக்
கண்டதும்...

"கைக்கோலைக் கடைந்தெடுக்க
வந்தமதி மச்சானே!
மரம்பொறுக்க
மாதம் ஆறானால்
பட்டைசீவி,
கழியின் வைரத்தில்
வடிவத்தைக் காண்பதற்குள்
பாவை இவள் போய்விடுவாள்
குங்குமம் மஞ்சளுடன்;
வேலை என்றால் ஈக்கடிபோல்
தொட்டோட வேண்டும்
தண்ணீரில் உப்பாகித்
தானழிந்து போவதென்றால்
தமரும் அழிவார்;
தரணியும் அழியும்,

வாழ்க்கைப் பெருநதிக்கு
நின்று,
திரும்பி,
நெடுநோக்கை ஓட்ட
நேரமில்லை.
இருந்தால்
கிருதயுகத்தில் துவக்கிய கைக்கோலை
கலியில் எடுத்துவரப்
போதிருக்கும்.
ஆனாலோ
காலம் நில்லாது,
கைக்கோலும் தடுக்காது
வா வீடு" என்று
வக்கணைகள் படித்தார்;
"செய்வதைத் திருந்தச்
செய்வதே வேலை,
யோகம்,
ரவிகூறும் மர்மம்,
புவிகூறும் கர்மம்.
வயிற்றுக்காய் வேலை என்றால்
நெஞ்சில் ஒரு பிசாசுத்தலை
நில்லாமல் ஆடும்.
ஒதுக்க முடியா த
உள்ளத்து உந்தலானால்
கட்டாந்தரைகள்
கனக மாளிகையாகும்.
கையே கடவுளாய்
சோலைகளாய் ஆலைகளாய்
வாழ்வின் திருவாக்கை
வெளிஎங்கும் எழுதிவிடும்,
வேளையிலே வான்தோன்றும்.
காலத்தின் வாலாடாது. . .
கடமை முடிந்ததும்
கைக்கோலழகோடு
காலாற வருவேன்.
கூலிக் கணக்கும்
காலக் கணக்கும்
படித்தவர் சொன்னாலும்
பழுத்தவர்க் கில்லை."

விளக்கத்தைக் கேட்டு
பித்துப்பிடித்தவர் போல்
நின்றவர்கள் வாயடைத்துத்
திரும்பினர் குமரபுரம்.

4

குமரபுரக் காட்டில்
தச்சனும் ஊராரும் வாக்காடி,
பின்னர்,
ஊரார் உளைந்து
ஊருக்குத் திரும்பியதை
வானத்துச் சாளரத்தால்
வாங்கிய பழங்குயவன்
சித்தத்தலைகள்
சிரிப்பிடையே சொல்லியதை
உன்னிப்பாய்க் கேட்டான்,

"வயிற்றுக்கு மிஞ்சிய
விஷ்ணுவைக் காணாதார்க்கும்,
காலம் நில்லாதென்னும்
கணக்குப் பிள்ளைகளுக்கும்,
நினைப்புத் தடித்து
நிகழும் நிமிஷத்தில்
புணர்ந்தின்பம் காணும்
அசட்டுத் தச்சனுக்கும்
இடையே
உருண்டு வரும் அலையே
மெய்யான வாழ்வின்
எல்லைத் துவக்கமா?
சித்தத்தலைகள் காட்டிய கடலில்
ஆழும் முனைப்புத்
தகுமா உனக்கு?
மனம் துயிலக் கைஓடும்
வினைவிளைவில் அழகா?
மனம் விரலாய் மாறுவதால்
உயிரியக்கில் வனப்பா?
வனப்பு மேலா
கணக்கா?
தரமா அளவா?"

தத்வத்தின் அலைகள்
தறிகெட்டுஓட,
காலத்தின் இறகு
கமுக்கமாய்ப் பறக்க,
சிந்தனை ஏக்கம்
குயவனுக்கே னென்று
சாளரத்தை விட்டுத்
திகிரியைச் சுழற்றினான்...
குமரபுரக் கலைஞனோ
ஒருமையுடன் கைக்கோலை
இழைப்பதில் இருந்தான்.
மரத்தின் இலைகள்
பழுத்து உதிர்வதும்
பருவங்கள் தோன்றிப்
பதுங்கி மறைவதும்
பார்க்காத லயத்தில்
பணியாற்றி வந்தான்.

5

காலத்தின் ஆற்றங்
கரையோரம்.
பரிசலில் கறுந்தேவன்
படர்ந்து கிடந்தாலும்
பாதைவழி எங்கும்
விழிநட்டிருந்தான்.

குமரபுரத்தார்கள்
ஒருவர்பின் ஒருவராய்
பரிசலில் ஏறிப்
பணிவுடன் அமர்ந்ததைப்
பார்த்துப் பதைத்தான்
“வயதில் பழுத்தவர்கள்.
வாலிபர்கள்,
இடை வயதோர்.
நோயுள்ளோர் இல்லாதோர்.
அவசரமாய் வந்தேற,
வயதில் மூத்த
கலைக்காரன்,
கலங்கல்காரன்,

மடத்தச்சன்,
அவன்மட்டும் வராத வயணமென்ன!”
பல்தெரியக் கேட்டான்!

“சங்கொலிக்க நாங்கள் வந்தோம்
தங்கிவிட்டோர் தத்துவத்தை
நாங்கள் ஏதும் அறியோம்.”
காலம் முகஞ்சுளித்து,
தள்ளுகோ லெடுக்கப்
பரிசல் பறந்தது
கறும் வெளியினூடே.

6

அன்றொருநாள் காட்டில்
ஊரார்கள் வந்து,
பேய்பிடித்த தச்சனென்று
உலகவழி வேப்பிலையால்
ஓட்டமுயன்று
மனம்முறிந்து திரும்பியதும்,
தச்சன்,
காற்றிடித்த மலையாகக்
கலையாதிருந்ததுவும்,
கண்டிருந்த குயவன்
திகிரியை உருட்டி,
நிற்காமல் கணக்காய்ப்
பாண்டங்கள் வனைந்தாலும்,
குடுக்கைக்குள் கரப்பு
கொரகொரப்பது போலுணர்வில்
உறுத்தல் நிலைகுலைக்க,
கலைஞனிடம்பேசி
கர்மத்தின் மர்மத்தைக்
கண்டறியும் கிண்டலுடன்
காட்டுக்கு வந்தான்.

வந்தாலோ?
வானத்தமைதி
வடித்தெடுத்த வதனம்,
தண்ணீரில் சூரியஒளி
தத்தளிக்கும் மேனி,
காலத்தின் சுவடுகள்

பதியாத பாங்கு,
கண்ணாழ்ந்த கையில்
கலையான கொம்பு.

"காட்டுக்கு வந்த அன்று
சிம்மத்தில் இருந்த குரு
இன்றும் இருக்கின்றான்.
ஈராறு வருடம்
இன்றோடு ஓடியும்,
கொம்பைத் தேர்ந்து,
தோலெடுத்து,
இழைத்து,
சீர்திருத்தம் செய்யுமுன்
பெரியதலை, சின்னத்தலை,
வாடிவிழுந்த மனைவி,
ஊருடனே ஒத்துப்போய்
அறிவாளி யானவர்கள் –
அனைவரும் அக்கரையைச்
சேர்த்துவிட்டார் ரகசியமாய்.

இருந்தும்
மாயத் தச்சன்மட்டும்
காலத்திற் கணைகட்டி
குறையா ஒளியாய்,
வாடாமலராய்,
நலியாக் கலைஞனாய்
கைக்கோலில் கருத்தழிந்து
காலத்தைக் கடக்க
கைகொடுத்த கோலெதுவோ?
தாங்கிவந்த படகெதுவோ?
காலமவன் காலடியில்
கமலாசனமிட்டு
தியானத்தமர்ந்ததனால்,
தான் ஆன கற்பனைத்
தானாய் அழிந்திட,
நிலையான இளமையின்
மலைமிஞ்சி நின்றதோ? . . .

காலத்தின் ஜபமாலை
உருட்டலுக் கஞ்சி,
திகிரியை நிறுத்தாமல்,

பண்ணிய பாண்டங்களின்
பவுசுகளை எண்ணாமல்,
கடமைக்கும் கலைக்குமிடை
கல்சுவரை எழுப்பியதால்
கடனுக்கு வேலை,
கணக்குக்குப் பாண்டம்
செய்யும் தொழிலாளி
வகைஒன்றைச் சேர்ந்ததனால்
ஈனம்தான் மகசூலா
பொல்லாப்புத்தான் பரிசா?"

இவை நினைந்து நினைந்து
நெஞ்சம் உளைந்த
பழங்குயவன் தச்சனிடம்
கைகட்டி நின்றான்.

7

ஆண்டுகள் பலவாச்சு,
காடுமேடாச்சு,
மேடு காடாச்சு,
குமரபுரம் இருந்த இடம்
புல்மண்டிப் போச்சு.
கைக்கோலை மேலும்
அளவாக்கி மெருகூட்டி
தலையில்
யாளிமுகம் அமைத்து
கண்ணுக்கு நெருப்புக்கல்
ஒளியைப் புதைக்கும்முன்
காண்டஹார்மன்னர் பரம்பரை
இலை உதிர்காலத்து
வாதா மரம்போல்
இலை இலையாய் உதிர்ந்து
மொட்டைப்பேய் மரமாகி,
காலக் கொடூரத்தின்
கண்ணாடி ஆயிற்று.

8

ஆதிகுயவனுக்குப்
பகலுண்டு இரவுண்டு.
வயதெல்லை உண்டு,

ஆதி அன்னைக்கு
இவை ஏதும் இல்லை.

திகிரியைச் சுழற்றி
கைஓய்ந்த குயவன்
கண்ணோயும் இரவுக்குக்
காத்திருக்கும் அந்தியில்
காட்டுக்கு வந்து
கரவற்ற கலைஞனின்
கதிகாண வந்தான்.
தன்கண் வியப்பால்
விசும்பாய் விரிந்தது
மன்னரின் பெயர்கள்
மணலில் தெரிந்தன.
கைக்கோலின் கைப்பிடி
முடியாமல் இருந்தது.
தச்சனின் இளமை
குன்றாமல் எரிந்தது.
தான்வெல்லாக் காலத்தை
அவன் வென்றுவிட்டான்,
தான்காணா மர்மத்தை
அவன் கண்டுவிட்டான்
என்றெண்ணி இருப்பிடம்
சலித்துத் திரும்பி
பிரும்மாவின் இரவில்
ஒன்றாகிவிட்டான்.

9

பிரும்மாவின் இரவு
கரைந்தோடும் காலை

குயவன் தன் சூளைக்குக்
கருத்தோடு வந்தான்
சூளை இருந்த இடம்
சுடராய் இருந்தது
திகிரி இருந்த இடம்
தேனாகிவிட்டது.

மாய விளைவுகளை
கண்ணுற்ற குயவன்

மர்மப் புதுமை எதோ
அண்டத்தை அளாவும்
அழகைக் கண்டு
காட்டில் இறங்கினான்.

கண்ணெதிரே கைக்கோலா?
வெந்தழலின் நேர் நாக்கா?
மின்னின் மினுக்கா?
மெய்ப்பொருளின் கதவிடுக்கா?
அது
கைக்கோலின் பிடியா?
உயிரியக்கைக் காட்டும்
உள்ளார்ந்த கண்ணா?
பேரணுவின் சூக்குமத்துக்
குறியீட்டுச் சுழலா?
அவன்
தச்சனா, தச்சனா
தச்சன் தானா?
முத்தொழில் பிரிவினையின்
மூடத்தனம் கண்ட
முதல் குயவன்
மனமடங்கி மேலேற
எண்ணிய நேரத்தில்
காலக் கணக்குப்படி
புதுப்பிரும்மப் பட்டம்
பெறுவதற்குப் புதியவன்
வருவதைக்கண்டான்
அயர்ந்தான்
அவிந்தான்...
புல்கள் சிரித்தன,
தச்சனும் சிரித்தான்.

இழைப்புளி சீவிய
மரச்சுருள் ஒன்று
கால்மீது காற்றில்
உருண்டு சிரித்தது.

புல்கள் சிரித்தன.

சிணுக்கம்

சிணுங்கினாள்.

"நீ மட்டும் விடைபெற்றுச்
செல்வதில்லை,
ஏனோ ?

ரயிலுக்கு ஐட்காவில்
ஏறுமுன் உறவினர்
வண்டிப்படியில்
மதகுநீர் சுழலைப்போல்
தயங்கி விடைகொள்ளுவர்.
கோடரியைத் தோளில் மாட்டி
தினந்தோறும் காலையில்
வேலைக்குப் போகும் மகன்
"வாரேனம்மா
என்று குரல் கொடுத்துச் செல்வான்.
குளத்தின் சிற்றலையும்
கரையோரப் படியிடம்
சிறுமூச்சு விட்டுச்செல்லும்

நீ மட்டும் எக்காலும்
விடைபெற்றுச் செல்வதில்லை.
கல்லா ?"

"அடி கிறுக்கே!
சென்றாலன்றோ விடைபெற வேண்டும்.
போனாலன்றோ வர வேண்டும்?
என்னுயிர் என்னிடம்
இல்லாதிருக்கையில்
இருவர் ஏது?
உடலுக்கு வாக்கேது?
போக்கேது வரவேது?

வீட்டில் இருந்தும்
என்னுடன் வருகின்றாய்,
வெளியே சென்றாலும்
உன்னுடன் இருக்கின்றேன்.
கிறுக்கே!" என்றேன்.

சிணுக்கம் சிரிப்பாச்சு.

காலண்டர்

ஆள் பார்த்து
அனுப்பி வைத்தானே,
காலண்டர் எனக்கெதற்கு?
ஆனாலும் நன்றி —
அனுப்பி வைத்தவருக்கு.
பணம்.
உறவு.
உலகளக்கும் வாய்மரக்கால் —
ஒரு தொடர்பும் இல்லையே.
ஆனாலும்
அங்க சங்கமற்ற ஆளுக்கு,
துணையற்ற வழிப்போக்கனுக்கு,
தனக்குள்ளே தூர் எடுக்கும்
சஞ்சாயக்காரனுக்கு
வழிபாடாய் வந்த
காலண்டருக்கு நன்றி.

அண்டாத ஆழத்தில்
கால் அண்ட
காலண்டர் கைக்கோலா?
தனக்கென்று தலைவைத்துப்படுக்க
அகமில்லார்க்கு
காலண்டர் குடை நிழலா?
உள்ளுக்கும் வெளிக்கும்
கணநேரக் கடலில்
கடியார மின்றி

ந. பிச்சமூர்த்தி

நகரும் கப்பலுக்கு
காலண்டர் துருவமீனா?
ஜன்னல் வழி ரவிவிரல்
கடிகார முள்ளும்,
கருங்காக்கை நிழலமர்
பகல் முள்ளும்,
மஞ்சள் வலை வீசும்
மாலை முள்ளும்
பார்த்து,
மேடேறி
பள்ளத் திறங்கி

கோடி காணப்போகும் கண்ணுக்கு
காலண்டர் எதற்கு?

கடிகாரம் சிலந்தி
காலண்டர் வலை.

கருத்துக்கள் காற்றாடி.
காற்றில் பறக்கவிட
நூல் வேண்டும்.
தூக்கிவிட ஆள் வேண்டும்.
காலம்
வெளி
காரண காரியத்தொடர்பு —
அவ்வளவும்
நான் விட்ட பட்டங்கள்.
காலண்டர் வால்தானே.
ஆனாலும்
காலண்டர் அனுப்பிய
நினைப்புக்கு வணக்கம்
குழந்தைகளுக் காகும்.

தேசப்பறவை

நாட்டில் உயிரேற்ற,
விஷமொழிக்க,
விலங்கொழிக்க,
வைராக்கியம் பூண்டு
தம் முதிரத்தால் தாளில்
இலச்சினை இட்டவர்கள்
வினையாற்ற காட்டிற்குச்
சென்றதொரு பொழுதில்,
கழுதைப்புலி வந்து
கண்ணோட்டிச் சிரிக்க,
கம்பிளிக் கரடி
புயல்போ லெதிர்த்து வர,
கண்ணாடி விரியன்
கண்குத்தி, மலைப்பாம்பு
அசையாமல் குடல் கலக்க,
தரைமீது வாய் வைத்துக்
குமுறும் சிங்கக் குரல்
எண்திசையும் பொடியாக்க,
கை குளற
கால் நடுங்கத்
தள்ளாடித் திரும்புகையில்
மயில்களைக் கண்ணுற்று
மனமகிழ்ச்சி கொண்டார்கள்.
கெஞ்சிப் பயனில்லை,

ந. பிச்சமூர்த்தி

மிஞ்ச வேண்டும்
கேட்டுப் பயனில்லை,
பிடுங்க வேண்டும் என்று சிலர்
ஆயிரம் கண்ணுடைய
தோகையைப் பிடுங்கி
அகமகிழ்ந்து திரும்பி
ஏழ்மை, நோய், பில்லி, சூனியம்
எழுந்தோடு எழுந்தோடென்று
பீலியால் ஓட்டினார்கள்.
மயில் நாக்கு மருந்தென்று
வேறு சிலர் கொய்து சென்றார்.
மயில் கழுத் தெமக்கென்று
வெட்டிச் சிலர் விரைந்து சென்றார்.
உரிமை, உரிமை என்று மற்றவர்கள்
உடலைப் பல கூறாக்கி
கட்டுப் பொசுக்கி
உள்ளப் பசியாறி
ஊருக்குத் திரும்பியதும்
ஊமைத் தாய்நாடு
உரக்க விசும்பிற்று.

தேவாங்கு

தேய்ந்தொழியும் இனமா
யார் சொன்னது?
ஆந்தையின்
உருண்டையான ஞானக்கண்ணும்
அசைவா அமைதியா என்னாப்
புதிரான இயக்கமும்
அமைப்பில் குரங்குமையும்
உள்ளத்தில்
பற்றற்ற வாழ்நெறியும்
எனினும்
சிக்குகளை ஓட்டும்
ஆன்மீக சித்தியும்
பரிணாமப் பாதையில்
தகுதிகளாதலால்
டைனோசாராகவில்லை.
மாறுபட்டு நினைத்தாலும்
நாற்சந்தியில் வந்துள்ள
இனமென்பதுறுதி.
ஒன்று மற்றொன்றாம்
உயிரியலுக்கொப்ப
நாளை
ஒரு பத்தாயிரம் ஆண்டுகளில்
புதுவித மனிதக் குரங்காகி
அதிமானுட புகண்டனும்
ஆகலாம்.
முடிகயிறு வாங்கும் நாமோ
பக்தர்கள்.
நினைத்ததே ஆவோம் என்பதால்
ஒருவேளை
ஆகியே விட்டோமோ
என்னவோ.

அழகினை அழைத்தவர்

ந. பிச்சமூர்த்தி கவிதைகள்: ஓர் உரையாடல்

சுகுமாரன், யுவன் சந்திரசேகர்

சுகுமாரன்: ந. பிச்சமூர்த்தியின் முதல் கவிதை அல்லது தமிழின் முதல் புதுக்கவிதை 1934இல் வெளிவந்ததுன்னு சொல்லலாம். அதுக்கு அப்புறம் 1969 வரைக்குமே எழுத்து பத்திரிகை வந்துட்டு இருந்த காலங்கள்ல அவர் தொடர்ந்து கவிதைகள் எழுதி இருக்கார். இப்போ மொத்தத் தொகுப்பா நமக்குக் கிடைக்குறதுல 1960–64 அல்லது அதிகபட்சமா 1969 வரைக்குமான காலகட்டத்துல எழுதின கவிதைகள்தான் கவிதைன்னு பொருட்படுத்தக்கூடியதா இருக்கு. அதற்கு அப்புறம் வந்த கவிதைகள் எல்லாமே வெறும் துணுக்குகளாகவும், ஒரு கவிஞனுடைய பார்வை இல்லாத சாமர்த்தியமான விமர்சகனுடைய பார்வையை மட்டுமே சொல்லிட்டுப் போறதாகவும் எனக்குத் தோணுது. பின்னாட்கள்ல அவர் எழுதின "போட்டி", "தேசியப் பறவை", "வெள்ளி விழா" மாதிரியான கவிதைகள் எல்லாமே கவிதை எழுதியே ஆகணும்னு ஒரு நிர்ப்பந்தத்துக்கு உட்பட்டு எழுதினதாத்தான் தோணுது. அந்தக் கவிதைகளை எழுதாம இருந்திருந்தாலும் பிச்சமூர்த்திக்குக் கவிஞர் என்கிற புகழ் இருந்திருக்கும். இன்னொரு அப்செர்வேஷன் என்னன்னா, இவருக்கு யாப்பு தெரியாது அப்படின்னு ஒரு புலமைக்குழாம் ஏளனம் செஞ்சதை மறுப்பதற்காக "குயிலின் சுருதி" மாதிரியான யாப்பில் அமைந்த கவிதைகளை எழுதினார். புதுக்கவிஞர்களுக்குச் சமூக அக்கறை இல்லைன்னு சொல்லப்பட்ட விமர்சனத்தை மறுக்குறதுக்காக இந்த மாதிரியான கவிதைகளை எழுதிப் பார்த்திருக்கார்ன்னுதான் எடுத்துக்கத் தோணுது. ஏன்னா அந்தக் கவிதைகள் எல்லாமே சமூகப் பார்வையை வலியுறுத்துவது போன்ற தோற்றத்தைக் கொண்டிருக்கே தவிர, ஒரு கவிஞனுடைய பார்வையை அல்லது கவிஞனுடைய அக்கறையை வெளிப்படுத்துறதா இல்லை. அதனால வெறும் துணுக்குகளாகவும் இட்டுக்கட்டல்களாகவும் தெரியுது. அப்படியான கவிதைகள் பற்றி நீங்க என்ன நினைக்கிறீங்க?

யுவன் சந்திரசேகர்: உங்க அபிப்பிராயத்தோட முழுக்க நான் ஒத்துப் போறேன். இதுல வேற ஒண்ணும் எனக்கு சுவாரசியமா இருக்கு. என்னன்னா, தன் வழிவரக்கூடிய சந்ததியருக்கு ஒரு ஆதர்சமா இருந்த கவிஞர். தன் வழி வந்தவர்கள் எழுதினதைப் பார்த்து, அவங்களை மாதிரியே தானும் சூடு போட்டுக்கிட்ட கவிதைகளாத் தான் அந்தக் கவிதைகள் எல்லாமே எனக்குத் தெரியுது. அது ஆச்சரியமா இருக்கு. இந்த அடிப்படையில இன்னைக்கு எழுதிட்டு இருக்குற மூத்த கவிஞர்கள் பல பேரைப் பார்த்தால், அவங்களுடைய சமீபத்திய கவிதைகள், அதுல தெரியக்கூடிய பதற்றம், அதுல இருக்கக்கூடிய உருவச் சிதைவு, இதையெல்லாம் வேற மாதிரி வேடிக்கை பார்க்க முடியுது. ஆச்சரியம்தான். அப்புறம் இந்தக் கவிதைகள் பற்றி நீங்க சொல்றப்போ எனக்கு வேற ஒண்ணும் தோணுது.

இந்த “போட்டி” கவிதை பற்றி நீங்க சொன்னீங்க இல்லையா, அதுக்கு அப்புறமும் மூணு கவிதைகள் இருக்கு. ஆனால் எழுத்து பிரசுர வெளியீடா பிச்சமூர்த்தி கவிதைகள் வந்தப்போ. இந்த “போட்டி” கவிதைதான் கடைசி கவிதையா இருந்ததாக ஞாபகம். அதுல தலைப்பு ஒரு “,” (கமா) மட்டும்தான் இருக்கும். அதுக்கு அப்புறம் இன்னொரு இடத்துல வேற ஒரு தொகுப்புல பார்க்கும்போது அதுக்கு “காற்புள்ளி”ன்னு தலைப்பு வெச்சிருந்தாங்க. இப்போ க்ரியா பதிப்பிலே அது “போட்டி”ன்னு ஆகி இருக்கு. இந்த க்ரியா எடிஷன் பிச்சமூர்த்தி மறைவுக்கு அப்புறம் வந்திருக்கு இல்லையா? இந்தத் தலைப்பை யாரு வெச்சது? ஏன் வெச்சாங்க? எந்த அடிப்படையில வெச்சாங்க? பாக்கப்போனா, “போட்டி”ங்கிற தலைப்பு அந்தக் கவிதைக்குக் கொஞ்சங்கூடப் பொருத்தமில்லாதது. முன்னோடிகளுடைய கவிதைகளை கதைகளைப் பதிப்பிக்கும்போது என்னென்ன கோமாளித்தனங்கள் எல்லாம் நடக்குது? இதுக்கெல்லாம் என்ன அடிப்படை? இவ்வளவுக்கும் பதிப்பக நேர்த்திக்கும் பிரதியோட நேர்த்திக்கும் பெயர் பெற்ற ஒரு பதிப்பகம். அது பதிப்பிக்கும்போதே இப்படி இருக்கு. இந்தப் பதிப்புக்கு செல்லப்பா முன்னுரை வேற எழுதி இருக்கார். அப்போ அவருக்கும் தெரிஞ்சுதான் இது நடந்திருக்கணும். அல்லது அவரே புதுத் தலைப்பை வச்சிருக்கலாம். எப்படி இதெல்லாம் நடக்குதுன்னு ஆச்சரியமா இருக்கு.

சுகுமாரன்: இல்லை. அந்த மூணு தலைப்புகள்ல “,” (கமா) அப்படிங்குறது தான் பிச்சமூர்த்தி கொடுத்த தலைப்பா இருக்கணும். ஏன்னா காற்புள்ளி அப்படிங்குற பிரயோகம் அவர் எழுதின காலத்துல இல்லை. “கமா” அப்படிங்குற வார்த்தைதான் இருந்திருக்கணும். ஏன்னா வேற ஒரு கவிதைலயும் அவர் “கமா”ங்குற வார்த்தையைப் பயன்படுத்தி

யிருக்கார். அப்போ அவர் வெச்ச தலைப்பு "கமா"ன்னுதான் எடுத்துக்க முடியும். "காற்புள்ளி" அப்படிங்குறது யாருடைய பங்களிப்புன்னு நமக்குத் தெரியலை. க்ரியா வெளியிட்ட பதிப்பை முழுசா திருத்தி இன்னைக்கு இருக்குற வடிவத்தில அமைச்சு கொடுத்தவர் செல்லப்பாதான். அப்போ அந்த "போட்டி"ங்குற புதிய தலைப்புக்கான பெருமை அல்லது சிறுமை செல்லப்பாவைத்தான் சேரும்.

யுவன் சந்திரசேகர்: இந்த கமா கவிதை எழுத்து இதழ்ல பிரசுரம் ஆகி இருக்கா?

சுகுமாரன்: இல்லை.

யுவன் சந்திரசேகர்: எழுத்து பிரசுரம் போட்ட தொகுப்புலதான் வந்திருக்கு இல்லையா?

சுகுமாரன்: ஆமாம். தொகுப்புல வந்திருக்கு. தவிர இது பின்னாட்கள்ல எழுதப்பட்ட கவிதையா இருக்குறதுனால அது எந்தப் பத்திரிகையில வந்ததுன்னு தெரியலை. இதெல்லாம் ஆராய்ச்சியாளர்கள் கண்டுபிடிக்க வேண்டியது. அதை அவங்ககிட்ட விட்டுருவோம். அது நல்ல கவிதையா இல்லையாங்குறதுலதான் நம்முடைய அக்கறை.

யுவன் சந்திரசேகர்: அவருடைய பிற்காலக் கவிதைகள் நல்லா இல்லைன்னு நாம பேசிட்டு இருந்தோம் இல்லையா. ஆனால் இந்தக் கவிதை அவரோட பழைய காலத்துக்குத் தொடர்ச்சியா இருக்கு. அதுனாலதான் இதைப் பற்றி நிறையப் பேச வேண்டியதா இருக்கு.

சுகுமாரன்: நான் அப்படி நினைக்கலை. பழைய வாசனை எப்படி இருந்தாலும் அவரோட வார்த்தைகள்ல மிஞ்சி இருக்கும் இல்லையா. அப்படியான கவிதையா வேணும்னா இதை எடுத்துக்கலாம்.

யுவன் சந்திரசேகர்: இந்தக் கவிதையே நல்ல கவிதைதான். எனக்குப் பிடிச்ச அவரோட கவிதைகள்ல ஒண்ணுன்னுதான் இதைச் சொல்லுவேன்.

சுகுமாரன்: அவரோட வழக்கமான "பிச்சமூர்த்தியம்"னு ஏதாவது ஒன்னு இருக்குமானால் அப்படியான ஒரு கவிதை இது.

"கையில் பார்த்தேன்
வெறும் கமாதான் இருந்தது"

அப்படின்னு ரொம்ப சூட்சுமமான ஒரு விஷயத்தை ரொம்ப ஸ்தூலமா கொடுக்குற மாதிரியான தன்மை கொண்ட கவிதை. ஆனால் நாம முன்னாடியே இதைப்பற்றி பேசியிருக்கோம்.

"கடிகாரம் சிலந்தி
காலண்டர் வலை"

அப்படிங்குறது ஒரு படிமத்தைக் கொண்டு வர மாதிரி, இந்த கமாங்குறது அதுவே குறியீடாவும் அதுவே படிமமாவும் இருக்கு. அது இல்லாத வேற சில கவிதைகள் செயற்கையா இட்டுக்கட்டப்பட்டதாத்தான் தெரியுது. வெள்ளிவிழாவை ஒட்டி வரக்கூடிய ஊர்வலத்துக்காகச் சவுக்கைக் கம்பங்களை நடுறாங்க – அணிவகுப்பை ஒழுங்குபடுத்துறதுக்காக. அதுல நல்ல ஆதாயம்னு ஒப்பந்ததாரருக்குத் தோணுது. அந்த விழாவைப் பார்த்ததுதான் ஆதாயம்னு பார்வையாளர்களுக்குத் தோணுது. அந்தச் சவுக்கின் பட்டையை உரிச்சு விறகாப் பயன்படுத்தலாம்னு நினைச்சு வந்த கிழவிக்கோ, யாரோ வர சத்தம் கேட்டதுனால அவ நினைச்சது நடக்காம போயிடுது. அதுனால அவளுக்குக் குறைப் பிரசவம்தான் ஆதாயம்னு கவிதை முடியுது. அதுக்கு முன்னாடி இருந்த ரெண்டுமே அவ்வளவு திட்பமாக இருக்கும்போது. இந்த முடிவு வந்து இட்டுக்கட்டுனதாகத்தான் இருக்கு. ஒரு குறைப்பிரசவம் எப்படி ஆதாயமாகும்? அப்படிங்குற கேள்விதான் இந்த முடிவுல இருக்கு.

அந்தக் கவிதையை முழுக்க இங்கே பார்த்துடலாம்.

வெள்ளிவிழா

சுதந்திர தின வெள்ளி விழாவுக்கு
மெரினாவில்
காந்தி சிலைமுதல்
விவேகானந்தர் சிலைவரை
சவுக்கு முளை அடித்து
குறுக்குக் கழிகட்டி
வேடிக்கை பார்க்கவரும் வெள்ளம்
அணிவகுப்பை அழிக்காமல்
வெற்றிக்கு வித்திட்ட கன்டிராக்டர்
மறுநாள் கணக்குப் பார்த்தார்
நல்ல ஆதாயம்.
மக்கள் கணக்குப் பார்த்தார்
விழாதான் ஆதாயம்.
காலைக் கருக்கிருட்டில்
சுள்ளி பொருக்க வந்த கிழவிக்கு
சவுக்கைப் பட்டைகளை
உரித்தெடுத்துக் கொண்டபோது
ஆளரவம் கேட்டதனால்
ஆதாயம் குறைப் பிரசவம்

யுவன் சந்திரசேகர்: தவிர இது எந்த ஊர்ல அந்த விழா நடக்குதோ அந்த ஊருக்கானது மட்டும்தான். அதை தேசம் மொத்தத்துக்கும் கொண்டு போறதுக்கான எந்த யத்தனமும் கவிதைக்குள்ள இல்லை. அப்புறம் இந்தக் கவிதைக்கு நெருக்கமான வேற ஒரு கவிதை இருக்கு "இன்னும் சில பிணங்கள்!"னு. அந்தத் தலைப்பே

பிச்சமூர்த்தியுடைய தலைப்பு மாதிரி இல்லை. பிச்சமூர்த்தியுடைய தலைப்புக்கான வசீகரம் இல்லாத தலைப்பு அது.

சுகுமாரன்: ஆமாம். "எதெதுக்கு எதெல்லாம் வாய் பிளக்கும்" என்கிற கவிதை.

யுவன் சந்திரசேகர்: ஆமாம். எந்த விதத்துலேயும் கவித்துவ மேன்மையை எட்டாத கவிதையா அது இருக்கு.

சுகுமாரன்: அதுலதானே மண்ணும் எண்ணெயும் சேர்ந்து மண்ணெண்ணைனு எல்லாம் வரும்?

யுவன் சந்திரசேகர்: இல்லை. அது "அன்றே செய்துவிட்டார்!". அதுவும் அப்படித்தான். தலைப்புக்குப் பக்கத்துல ஒரு ஆச்சரியக் குறி வேற இருக்கும். அதுக்கு அப்புறம் "சுவப்பாடு!" மாதிரி பல கவிதைகள்ல அது இருக்கு. ஆனால் அவருடைய முந்தைய கவிதைகள்ல இந்த மாதிரியான விஷமங்கள் எல்லாம் இல்லை. பழைய தலைப்புகள்ல ஆச்சரியக் குறியெல்லாம் இல்லை. "யமனுக்கு அழைப்பா?" மாதிரியான தலைப்புகள்ல கேள்விக்குறிதான் இருக்கு.

அப்புறம் அவரோட கவிதை மொழில தொடர்ந்து கேள்விகள் இருந்துகிட்டே இருக்கு. ஆனால் இந்தப் பிற்காலத் தலைப்புகள் எல்லாத்துலேயுமே ஒரு முற்று வாக்கியம்தான் இருக்கு.

"அழகென்ன மீனா ?
ஓசையின் தூண்டிலில் சிக்குமா ?"

அப்படின்னு கேட்கிறார். இப்படி தொடர்ந்து கேள்வி கேட்டுக்கிட்டே இருக்கார்.

"பரிவில்லாப் பாவிக்குப் பூசை ஏனோ ?
. . . . . .
நெஞ்சம் பொங்காமல்
புதுப்பானை பொங்கல் உண்டோ ?"

(பொங்கல்)

"நாமன்றி கடவுளேது ?
நாமவர்க் கிளைப்பதேது ?
. . . . . .
மடமையால் உலகைச் செய்தால்,
அறிவினால் களைதல் தவறா ?"

(விஞ்ஞானி)

"மூட்டையைப் பிரிக்கு முன்னர்
முந்நூறு பேரிருந்தால்
சலிப்பதெங்கே ?
புடைப்பதெங்கே ?

புண்ணியம் செய்யத்தான்
பொழுது எங்கே?"

(பெட்டிக்கடை நாரணன்)

இப்படி எல்லாமே கேள்விகள்தான்.

சுகுமாரன்: பெட்டிக்கடை நாரணன் கவிதைல அது பாத்திரத்தினுடைய கூற்றாத்தான் இருக்கு. தவிர அடிப்படையில கேள்வி கேட்கிற மனசுடையவர்தான் அவர். இது ஏன் இப்படின்னு கேட்கிறார். ஏன்னா அவருக்கு ஒரு மதிப்பீடு இருக்கு. அந்த மதிப்பீட்டுக்குப் புறம்பாக இருக்கிற எல்லாத்தையுமே கேள்வி கேட்கிறார். அது சமூக அக்கறை உள்ள கவிஞனுடைய வேலையாகத்தான் இருக்கு. இன்னும் கொஞ்சம் விரிச்சு சொன்னால், ஒரு வேதாந்தி எல்லாத்தையும் கேள்வி கேட்டுக்கொண்டுதானே இருப்பார்.

ஆனால்,

"உயிரற்ற மனமும் உண்டோ?
உடலற்ற நிழலும் உண்டோ?"

மாதிரியான அவருடைய தனித்துவமான கேள்விகள் இருக்கில்லையா? அதெல்லாம் அவருடைய பிற்கால கவிதைகள்ல இல்லாமலே போயிருக்குறதும் முக்கியமான விஷயம்.

இன்னைக்கு பிச்சமூர்த்திக்குப் பொருத்தப்பாடு இருக்கா அப்படிங்குற கேள்வியை இன்னும் கொஞ்சம் விரிவா பொருள் கொள்ளலாம்னு நினைக்கிறேன். ஏன்னா 1930கள்ல, அதாவது பிச்சமூர்த்தி புதுக்கவிதை எழுத வந்த அந்தக் காலகட்டத்துல, தமிழ்ல மரபுக் கவிதை செழித்து வளர்ந்திருந்தது. பாரதிதாசன் உட்பட பல கவிஞர்கள் மரபுக்கவிதைகள்ல கோலோச்சிக்கொண்டிருந்த நாட்கள். அந்தக் கட்டத்துல கவிதைல மாற்றத்தை உருவாக்கணும்னு பிச்சமூர்த்தி முதலானவர்கள் வேறு முயற்சிகள்ல ஈடுபடுறாங்க. தனக்கு வால்ட் விட்மனுடைய "புல்லின் இதழ்கள்" பாதிப்பு ஏற்படுத்தினதாகவும். கவிதை என்பது வெறும் உருவத்தில் அல்ல; உள்ளடக்கத்தில் இருக்குன்னு தான் நம்புவ தாகவும் சொல்லித்தான் பிச்சமூர்த்தி அவருடைய முயற்சிகளைத் தொடங்குறார். "புல்லின் இதழ்கள்" அப்படின்னு அவர் குறிப்பிடும் வால்ட் விட்மன் புத்தகத்தினுடைய அல்லது கவிதையினுடைய செல்வாக்குலதான் அவர் வசன கவிதை முயற்சிகளைச் செஞ்சிருக்குறதாகவும் சொல்லப்படுது. ஆனால் ஏதோ ஒரு கவிதை வழியா அன்றைக்கு ஒட்டுமொத்தமாகவே கவிதை உருமாற்றமடைவதற்கான காலம் வந்திருந்ததாகத்தான் எனக்குத் தோணுது. அந்தக் காலத்துக்கான மூலவரா பிச்சமூர்த்தி இருந்தார் அப்படின்னு நம்புறேன்.

பாரதிதாசன் காலத்துல இருந்த கவிதைகள் எல்லாமே ஒரே அமைப்புல இருந்தவை. கொஞ்சம் உரத்த தொனிக் கவிதைகள். பெரும்பாலும் பொது அனுபவங்கள்ல இருந்து வரக்கூடிய கவிதைகள்.

தனி அனுபவங்களை மிக அரிதாகவே சொல்லக்கூடிய கவிதைகள். அப்படித்தான் அந்தக் காலகட்டத்துக் கவிதைகள் இருந்திருக்கு. அப்புறம் அந்தக் கவிதைகள் எல்லாமே புலமை மரபைச் சார்ந்த கவிதைகள். செய்யுள்கள்னு சொல்லலாம். யாப்புத் தெரிஞ்ச ஒருவரால் மட்டும்தான் அதை எழுத முடியுங்குற மறைமுகமான விதி நிலவிய காலம் அது. ஆனால் மனிதர்கள் எல்லாருமே நுட்பமானவர்கள். எல்லாருக்குமே கவிதை உணர்வு உண்டுங்குற கருத்தும் எல்லாராலேயும் ஏற்றுக் கொள்ளப்பட்டதுதான். ஆனால் அதற்கான வாய்ப்பு அமையலை. இந்த இடத்தில் திரும்ப பாரதியைத்தான் பார்க்க வேண்டி இருக்கு. "புதிதினும் புதிது கேள்" அப்படின்னு சொல்ற ஆள் தன்னையும் அப்படித்தான் வெச்சுக்கிட்டார். ஆரம்பத்துல இருந்து தொடங்கி அவருடைய கவிதைப் போக்குகளைப் பார்த்தால் ஒரு வடிவத்துல இருந்து இன்னொரு வடிவம்னு மாறிமாறி கடைசில வசன கவிதைக்கு வந்து சேருறார். இது ஒரு காலகட்டம்.

அதுவரைக்கும் இருந்த செய்யுள்கள் எல்லாமே 'சொல்லப்பட்டவை'. செவியால் கேட்கப்பட்டவை. ஆனால் மனசால் வாசிக்கப்படாதவை. அப்படி வாசிச்சிருந்தாலும் ரொம்பக் குறைவாதான் வாசிச்சிருப்பாங்க. அதுக்குக் காரணம் ஒரு கவிதையை எல்லாரும் கையில வெச்சுக்க முடியாது அப்படிங்குறதுதான். அச்சு ஊடகம், பத்திரிகை, புத்தகம் இதெல்லாம் அறிமுகமானபோது ஒரு கவிதையை என்னுடைய சொந்தப் பிரதியாகவே வைத்துக்கொள்ள முடியும் அப்படிங்குற வாய்ப்பு வந்தது. இந்த ஜனநாயக உணர்வு கவிதைக்கு ஒரு வடிவ மாற்றத்தை ஏற்படுத்தியது. இதை முதல்ல கண்டடைந்தவர்களில் பிச்சமூர்த்தியும் ஒருவர். அவரும் அவரோட சமகாலத்துல கவிதையில் ஈடுபட்ட கு.ப.ராஜகோபாலன், அவருக்குப் பின்னால வந்த பலருமே உரைநடைல இருந்துதான் கவிதைக்கு வந்து சேர்றாங்க. அப்போ உரைநடையில் சொல்ல முடியாத ஒண்ணை கவிதைல சொல்ல முடியும்; ஒரு சிறுகதையிலோ நாவலிலோ சொல்ல முடியாத ஒண்ணை கவிதைல சொல்ல முடியும்ங்குற நம்பிக்கை அவர்களுக்கு இருந்திருக்கு. அதுதான் இந்த வடிவ மாற்றத்துக்கு காரணமா இருந்திருக்குன்னு நான் நம்புறேன். இந்த வடிவ மாற்றத்தை முன்னிறுத்தினவர்ங்குற வகைலதான் பிச்சமூர்த்தி இன்றைக்கும் நமக்குத் தேவைப்படுகிறார்.

இரண்டாவது, கவிதை உணர்வு செய்யுளுக்குள்ள அடங்கினது இல்லை. அதையும் மீறினது. அப்படிங்குறதுல இருந்துதான் அவரால பழைய யாப்பிலக்கணத்தின்படி இல்லாத கவிதைக்கான வடிவத்தை எடுத்துக்க முடிஞ்சுது. இந்தக் காரணங்களுக்காகத்தான் பிச்சமூர்த்தியை இன்றைய இளைஞனும் இப்போது கவிதைக்குள் வரவங்களும் தெரிஞ்சு வெச்சிக்கணும்னு நம்புறேன். அதுனாலதான் அவருக்கு இன்றைக்கான பொருத்தப்பாடு உண்டாங்குற கேள்வியையும் எழுப்பிக்குறேன்.

யுவன் சந்திரசேகர்: இப்போ நீங்க சொன்னதோட அடிப்படையில இன்னொரு பக்கமும் நகர முடியும்னு தோணுது. பிச்சமூர்த்தியோட சமகாலத்துல இருந்த மரபுக்கவிஞர்கள் பற்றி நீங்க குறிப்பிட்டீங்க இல்லையா. அவங்களோட கவிதைகள் எல்லாத்தையும் ரெண்டு விதமா நாம வகைப்படுத்த முடியும். ஒண்ணு, ஓசை சார்ந்த மொழிபுகள். சந்தமோ இலக்கணமோ, தாளமோ, ஏதோ ஒண்ணுக்குக் கட்டுப்பட்ட வாக்கியப் பிரயோகங்கள் வழியா அவங்க கவிதையை நிகழ்த்திப் பார்த்திருக்காங்க. ஆக ஓசை சார்ந்து இயங்கியிருக்காங்க.

இரண்டாவது, பெரும்பாலான கவிதைகள் முழக்கங்களா இருந்திருக்கு. ஒரு கூட்டத்தை நோக்கிப் பேசக்கூடிய குரல் அது. எல்லாருக்குமானது அப்படின்னு சொல்லிட்டு, எல்லாருக்குமான ஒரு தோராயத்தைப் பேசக்கூடியதா இருந்திருக்கு. ஆனால் பிச்சமூர்த்தி என்ன பண்றார்ன்னா, தனக்குத் தானே உரையாடும் சன்னமான குரல்ல பேச ஆரம்பிக்கிறார். அதிலே மரபுடைய மிச்சமா நான் பார்க்குறது அவரோட வேதாந்தப் பார்வை. அப்போ முழுக்க முழுக்க சமூகம் சார்ந்து கவலைப்படாத, தனக்குள் மட்டுமே ஆழ்ந்து பார்க்கிற தனித்த ஒருத்தனோட குரலா பிச்சமூர்த்தியோட குரல் இருந்திருக்கு. இவ்வளவு காலம் கழிச்சு அவரோட புகைப்படத்தைப் பார்க்கும்போதும் அவரோட கவிதைகளைப் படிக்கும்போதும், ஒரு கவிஞனுடைய குரல் கேட்கிறதைவிட ஒரு வேதாந்தியோட குரல்தான் கேட்குது.

அப்புறம் இந்தக் காலகட்டம் அவரைப் புரிஞ்சுக்க சிரமப்படக் கூடிய இன்னொரு காரணமா நான் எதைப் பார்க்குறேன்னா, அவர்கிட்ட காட்சிகள் வழியா நிகழும் கவிதைகள் மிகமிகக் குறைவு. பெரும்பாலும் சிந்தனைகள் வழியாத்தான் கவிதைகளை நிகழ்த்துறார். பின்னாட்கள்ல பிரமிள், சி. மணி மாதிரியான அடுத்தகட்டக் கவிஞர்கள் வரும்போது, காட்சிகள் வழியா கவிதைகளை நிகழ்த்திக்காட்ட ஆரம்பிக்குறாங்க. இதுக்குப் பழக்கப்பட்ட ஒரு மனம் திரும்ப சிந்தனாமுறைக் கவிதைக்குத் திரும்புறது ரொம்ப சிரமம்தான்.

இப்போ அவரோட “காலண்டர்” கவிதை இருக்கு. ‘காலண்டர் எனக்கெதற்கு’ அப்படின்னு கேட்கிறார். அந்தக் கவிதையை ஒருத்தன் புரிஞ்சுக்கணும்னா, காலண்டர் காலத்தோட குறியீடா இருக்கு ன்னு புரிஞ்சுக்கணும். காலத்தைப் பற்றிக் கவலைப்படாத, காலத்தோட இருப்பைப் பற்றிக் கவலைப்படாத ஒரு மனம் அப்படிங்குற இடத்துக்கு நாம போகணும். இதுக்குக் காட்சி வழியாப் போக முடியாது. காலண்டர் என்கிற ‘காட்சி’ உங்களுக்கு இதைக் கொடுக்கலை. காலண்டர் என்கிற ‘கருத்துருவம்’தான்

கொடுக்குது. இது பிச்சமூர்த்தியைப் புரிஞ்சுக்குறதுக்கான இன்னொரு தடைன்னு எனக்குத் தோணுது.

ஆனால் அவரோட முதல் கவிதை, "மாந்தோப்பு வஸந்தத்தின் பட்டாடை உடுத்திருக்கிறது" ன்னு ஆரம்பிக்குது. அது ஒரு முற்று வாக்கியம். தான் சொல்லுவதைத் தாண்டி வேற எதையுமே சொல்லலை. இப்படி ஒரு முழுமையான முற்று வாக்கியத்தை பின்னாடி அவரோட கவிதைகள்ல பாக்க முடியாது. அல்லது இது மாதிரியான ஒரு உரைநடை வாக்கியம் அதுல இருக்காது. அந்த இடத்துக்கு அவர் நகர்ந்தார் இல்லையா. அதுக்கு அப்புறம் அவர் எழுதின கவிதைகளை, உதாரணமா 'பெட்டிக்கடை நாரணன்' மாதிரியான கவிதைகள்ல தொடங்கி, ஒருவர் வாசிச்சு வருவாரானால், அவருக்குப் பிச்சமூர்த்தியை வாசிக்க பெரிய தடை இருக்காதுன்னுதான் தோணுது. பின்னாட்கள்லெ அவர் எழுதின கவிதைகள்ல வேதாந்த விசாரம் அந்த அளவுக்கு இருக்காது. அந்தக் கவிதைகள்ல அவர் குறியீடுகளையும் உருவகங்களையும் நோக்கி நகர்ந்திருக்கார். 'பூக்காரி,' 'சுமைதாங்கி' போன்ற கவிதைகளை உதாரணமாகச் சொல்லலாம். சரியாச் சொல்றேனா?

சுகுமாரன்: சரிதான். இந்தப் புதிய கவிதைக்கு "புதுக்கவிதை" அப்படின்னு பெயர் வர்றதுக்கு முன்னாடி "சுயேச்சா கவிதை", "கட்டற்ற கவிதை" அப்படின்னுதான் குறிப்பிட்டாங்க. எந்த வகையில் அது சுயேச்சையானது, கட்டற்றதுன்னு பார்க்கலாம். நீங்க குறிப்பிட்ட மாதிரியான ஒரு அம்சம் அதுல இருக்கு. அதுவரைக்கும் வந்த கவிதைகள் எல்லாமே ஒலியைச் சார்ந்து இயங்கியவை. பாரதியுடைய "காட்சி" மாதிரியான வசன கவிதைகள்ல இருந்துதான், காட்சிப்புலன் சார்ந்த கவிதைகளாக மாற ஆரம்பிச்சது. அந்த இடத்தில இருந்துதான் பிச்சமூர்த்தி தொடங்குறார். நீங்க குறிப்பிட்ட அந்த "காதல்" கவிதையினுடைய முதல் வரி "மாந்தோப்பு வஸந்தத்தின் பட்டாடை உடுத்திருக்கிறது" அப்படின்னு சொல்லும்போதே ஒரு காட்சிதான் விரியுது. நீங்க குறிப்பிட்ட இன்னொரு கவிதை "காலண்டர்". அதுவும் அப்படித்தான்.

> "ஆள் பார்த்து அனுப்பி வைத்தானே
> காலண்டர் எனக்கெதற்கு."

இந்த ரெண்டு வரியோடு மட்டுமே இருந்திருந்தா வெறும் சந்தத்தைச் சார்ந்ததுன்னு சொல்லிடலாம். அதற்கு அடுத்த ரெண்டு வரி வருது.

> "கடிகாரம் சிலந்தி.
> காலண்டர் வலை."

இது காலத்தைக் காட்சியாக மாற்றுது. இதுக்காகத்தான் புதுக்கவிதைங்குற வடிவத்தை அவர் தேர்ந்தெடுத்தாரோன்னு தோணுது. இது ஒண்ணு...

யுவன் சந்திரசேகர்: *இந்த காலண்டர் கவிதைல "கடிகாரம் சிலந்தி, காலண்டர் வலை" அப்படிங்குறது ஒரு உருவகமா வருதா? காட்சியா வருதா? கண்ணுக்குத் தெரியுமா அது?*

சுகுமாரன்: இல்லை. ஆனால் அதுதான் புதுக்கவிதையினுடைய முக்கியக் கூறாக ஆரம்ப காலத்துல சொல்லப்பட்ட "படிமம்" அப்படிங்குற விஷயம். ஏன்னா காலத்துக்கு நீங்க உருவத்தைத் தர முடியாது இல்லையா?.

யுவன் சந்திரசேகர்: *இன்னொரு குறுக்கீடு. அப்போ காட்சிப் படிமம் மாதிரியே ஒலிப் படிமம், மனப் படிமம், சிந்தனைப் படிமம்லாம்கூட இருக்க முடியுமோ?*

சுகுமாரன்: இருக்குறதுக்கான வாய்ப்பு இருக்கு. பிச்சமூர்த்தியே அதைப் பின்னாட்கள்ல பண்ணவும் செஞ்சிருக்கார். தமிழ்ப் புதுக்கவிதையுடைய தொடக்ககாலத்துல மரபுச் செய்யுளில் இருந்து அதை வேறுபடுத்திக்காட்டிய கூறுங்குறது படிமம்தான். பிச்சமூர்த்தி அதைச் செவ்வனே செய்திருக்கிறார். அந்த வகையிலதான் அவர் திரும்பவும் நம்மால் நினைவுகூரப்படுபவராகவும் நமக்குக் கற்றுத் தருபவராகவும் இருக்கார். ஒண்ணு, நீங்க அந்தப் படிமத்தைச் சார்ந்து முன்னால போகலாம். அல்லது அந்தப் படிமத்தைத் துறந்து அந்தக் கவிதையினுடைய அம்சத்தை கண்டடையக்கூடிய திறனை வெளிப்படுத்தலாம். ரெண்டுலேயுமே அவரை ஒட்டியும் வெட்டியும் போக முடியும்னு நினைக்கிறேன்.

பிச்சமூர்த்தியின பெரும்பாலான கவிதைகள் 'எழுத்து' பத்திரிகையிலதான் வந்தன. ஒருவகையில தமிழில் புதுக்கவிதைங்கிற வடிவத்துக்கு இயக்க இயல்பைத் தந்தது எழுத்து பத்திரிகைன்னு சொல்லலாம். செல்லப்பாவுடைய நோக்கம் கவிதைக்கு என்று ஒரு இதழ் தொடங்குவது அல்ல. விமர்சனத்துக்கு, குறிப்பாக அலசல் விமர்சனத்துக்கு ஒரு பத்திரிகை வேணும்னுதான் தொடங்கினார். தன்னுடைய நண்பரும் வழிகாட்டியுமான பிச்சமூர்த்தியின் படைப்புகள் வந்தால் இதழ் சிறப்படையும்னு நினைச்சுத்தான், ஏற்கெனவே 'மணிக்கொடி'யில வெளிவந்த கவிதைகளை மறுபிரசுரம் செய்தார். அதுதான் தமிழ்ப் புதுக்கவிதைக்கு ஒரு வேகத்தை ஏற்படுத்தியது.

சி.சு. செல்லப்பா மறுவெளியீடு செய்த பெட்டிக்கடை நாரணன் கவிதையில் இருந்துதான் பிச்சமூர்த்தி தன்னை ஒரு கவிஞராக முன்வைக்கிறார். அவருடைய கவிதை வெளியானதுக்குப் பிறகுதான் பலரும் அதுல இருந்து உத்வேகம் பெற்று புதுக்கவிதை முயற்சிகள்ல

ஈடுபடுறாங்க. இதுல சுவாரசியமான ஒரு விஷயம் என்னன்னா, பிச்சமூர்த்தியைப் பின் தொடர்ந்து எழுத வந்த எல்லாருமே உரைநடைல தங்களுடைய திறமையை மெய்ப்பிச்சவங்க. ஏற்கெனவே உரைநடைல சாதனைகள் செய்தவங்க. அப்போ ஒரு விஷயம் தெளிவாகுது. உரைநடை அளவுக்கே கவிதையும் ஜனநாயகமானது, எல்லாருக்குமான இடத்தைக் கொடுக்கக்கூடியது அப்படிங்கிறதை அவர் உணர்த்தியிருக்கார்ன்னு எனக்குத் தோணுது. இதை அவரோட முன்னோடி ஸ்தானத்தை மீறின பங்களிப்பா நினைக்குறேன். பிச்சமூர்த்தியைத் தொடர்ந்து எழுத வந்த தி.சோ. வேணுகோபாலன், எஸ். வைத்தீஸ்வரன், ஷண்முக சுப்பையா, நகுலன், தர்மு அரூப் சிவராமு என்கிற பிரமிள், பசுவய்யா, க.நா. சுப்பிரமணியம், வல்லிக்கண்ணன், சி.சு. செல்லப்பா போன்ற பலரும் அதற்கு முன் கவிஞர்களாக அறியப்பட்டவர்கள் அல்ல. அப்படி அறியப்படாமலே கவிஞர்களாக மாறுவதற்கு இந்தப் புது வடிவம் வாய்ப்பு தந்தது.

இதுல சுவாரஸ்யமான இன்னொரு விஷயம், *எழுத்து* இதழில் வெளியான கவிதைகளைத் தொகுத்து, "புதுக்குரல்கள்" அப்படிங்குற தொகுப்பா செல்லப்பா கொண்டுவந்தார். தமிழ்ல வெளிவந்த முதல் புதுக்கவிதைத் தொகுப்பு அது. பலருடைய கவிதைகள் சேர்ந்த தொகுப்பும் அதுவாகத்தான் இருக்கக்கூடும். 'இருபத்தி மூன்று கவிஞர்களின் அறுபத்தி நான்கு கவிதைகள்' அப்படிங்குற உபதலைப்போடதான் அந்த நூல் வெளிவந்தது. அந்த இருபத்தி மூன்று கவிஞர்கள்ல பலரும் கவிதைல இருந்து வெளியே போயிட்டாங்க. அல்லது அவங்களுடைய கவிதைகளுக்கு, வரலாற்றுரீதியான இடம் இருக்குமே தவிர கவித்துவ ரீதியான தொடர்ச்சி எல்லாம் இல்லை. அப்போ பிச்சமூர்த்திக்கு நாம கொடுக்கக்கூடிய இடம் அப்படிங்குறது வெறும் முன்னோடி அப்படிங்குறதத் தாண்டுன இடமாக இருக்கு.

ரெண்டாவது, கவிதை எழுதுனதோட மட்டும் இல்லாமல் அந்தக் கவிதையை நிலைநிறுத்துவதற்கான சிந்தனைகளையும் முன்வைச்சவர் அவர். புதிய கவிதைங்குறது என்ன? அதனுடைய இயல்பு என்ன? அது எப்படி இருக்கணும்? எப்படி இருக்கு? அதனுடைய முன் நகர்வு என்னவா இருக்கும்? அப்படிங்குறதை எல்லாமே தன்னுடைய கட்டுரைகள்ல எழுதி இருக்கார். அந்த வகையில ஒரே சமயத்துல கவிஞராகவும் கவிதை செயல்பாட்டாளராகவும் அவர் செயல்பட்டிருக்கார்.

யுவன் சந்திரசேகர்: ஒரு சின்னக் குறுக்கீடு. இந்தக் கவிதை சம்பந்தமான கோட்பாடு பற்றி எல்லாம் பேசும்போது. எனக்கு அவருடைய உரைநடையில் பரவலான வாசிப்பு இல்லாததனால, இந்தக் கேள்வி வருது. சங்கப்பாடல்கள் பற்றி அல்லது நம்முடைய மரபுக்கவிதைகள் பற்றி அவர் பேசி இருக்காரா? இல்லை தன்னுடைய ஐரோப்பிய முன்னோடிகள் பற்றி மட்டும்தான் பேசி இருக்காரா?

சுகுமாரன்: இல்லை, இல்லை. பாதிப்பு ஏற்படுத்துனது மேற்கத்தியக் கவிதைகள்தான். குறிப்பா வால்ட் விட்மன், டி.எஸ். எலியட், எஸ்ரா பவுண்ட் மாதிரியான பெயர்களை எல்லாம் அவர் தொடர்ந்து சொல்றார். ஆனால் தமிழ்க் கவிதை தமிழ்க் கவிதைதான். தமிழ்ப் புதுக்கவிதை என்பதும் தமிழ்க் கவிதை மரபினுடைய கண்ணிதான் அப்படிங்குறத நிரூபிக்குற மாதிரி பல சந்தர்ப்பங்கள்ல அவர் எழுதி இருக்கார். குறிப்பா சங்க இலக்கியத்துல இருக்கக்கூடிய கவிதைகளுடைய காட்சித்தன்மையும் இயல்பானதன்மையும் இயற்கையானதன்மையும் புதுக்கவிதைகளின் குணங்கள்ல ஒரு பகுதி அப்படின்னு குறிப்பிட்டிருக்கார்.

யுவன் சந்திரசேகர்: ஆனால் தன்னுடைய கவிதைகள்ல அவர் முன்வைக்கிற வேதாந்த விசாரம் இருக்கில்லையா, அது தமிழ் மரபிலே சித்தர்கள் தவிர வேற யார்கிட்டேயாவது பார்க்க முடியுதா? அவங்களைப் பற்றி அவர் பேசி இருக்காரா?

சுகுமாரன்: இல்லை. பிச்சமூர்த்தியுடைய வேதாந்த மரபு பற்றியெல்லாம் நாம அப்புறம் விரிவா பேசலாம். ஆனால் சங்க இலக்கியத்துல இயல்பான வாழ்க்கைக்குள்ள இருக்கக்கூடிய ஒரு ஆன்மீகக் கூறு இருக்கில்லையா, அதுதான் பிச்சமூர்த்தியுடைய கவிதைகளுக்குள்ள செயல்படுது. வேதாந்தம்னு அவர் சொல்லிக்கிட்டாலுமே, இயற்கையோடு ஒட்டிய மனித வாழ்க்கை. இயற்கைக்கும் மனிதனுக்குமான உறவு. மனிதனுக்கும் மனிதனுக்குமான உறவு மாதிரியான விஷயங்களின் அடிப்படையிலதான் அவருடைய கவிதைகள்ல ஆன்மிகம் அல்லது வேதாந்தம் அப்படிங்குற விஷயம் வருதுன்னு நினைக்குறேன். இப்போ நான் கேட்க வர்ற கேள்வி அது இல்லை. பிச்சமூர்த்தி மட்டுமே நிலைத்து நின்னு மத்தவங்க எல்லாம் காணாமல் போனது எதனால?

யுவன் சந்திரசேகர்: மிக நல்ல கேள்வி. எனக்கு உடனடியா தோணக்கூடிய ரெண்டு பதில்கள் இருக்கு. ஒண்ணு, இப்போ நீங்க சொன்ன பெயர்கள்ல தி.சோ. வேணுகோபாலன், கிட்டத்தட்ட பிச்சமூர்த்தியோட நிழல் மாதிரியே என் கண்ணுக்குத் தெரியுறார். பிச்சமூர்த்தி இருக்கும்போதே அப்படி எழுதி இருக்கார். பிச்சமூர்த்தி இருக்கும்போதே எதுக்கு இன்னொரு தி. சோ. வேணுகோபாலன் பிச்சமூர்த்தியைப் பிரதி எடுத்துக் கொடுக்கணும்? இது ஒண்ணு. . .

சுகுமாரன்: தி.சோ. வேணுகோபாலன் தாடி வச்சிருந்தாரா தெரியலை. ஆனால் பிச்சமூர்த்தியுடைய தாடியைக் கடன் வாங்கிக்கிட்டார்னு சொல்லலாமா?

யுவன் சந்திரசேகர்: நல்லா இருக்கு! ஆனால் தாடி இல்லாத ஷண்முக சுப்பையாவையும் கணக்குல எடுக்க வேண்டி இருக்கு. (சிரிப்பு)

சுகுமாரன்: அவருக்கு மானசீகமான தாடி இருந்ததுன்னு வச்சுக்கலாம்!

யுவன் சந்திரசேகர்: அப்புறம் இன்னொரு பிரதான விஷயமா எனக்குத் தோணுறது என்னன்னா, பாரதியாருடைய புனைகதைகளை எப்படி தமிழ்ச் சமூகம் கண்டுக்கவே இல்லையோ, அதே மாதிரி, பிச்சமூர்த்தியோட புனைகதைகளையும் கண்டுக்கவே இல்லை. அவரைக் கவிஞரா மட்டுமே அணுகி பேசிக்கிட்டு இருக்கோம். ஆனால் சிறுகதைகள்ல மிகப் பிரமாதமான, சரளமான மொழியில அவர் கதைகள் எழுதி இருக்கார்.

சுகுமாரன்: இல்லை. இங்க குறுக்கிடுறதுக்கு மன்னிக்கணும். இதை ஓரளவுக்குத்தான் நானும் ஏத்துக்குவேன். ஆனால் பிச்சமூர்த்தியுடைய "வானம்பாடி", "தாய்", "பெரியநாயகி உலா" என்கிற மூன்று கதைகளையும் தமிழினுடைய மிகச் சிறந்த கதைகள் வரிசைல வைப்பேன்.

யுவன் சந்திரசேகர்: நான் இதுகூட இன்னொரு கதையையும் சொல்வேன். "முந்நூற்று அறுபத்தைந்து நண்பர்கள்"னு ஒரு கதை இருக்கு. அவ்வளவு பிரமாதமான நகைச்சுவை தமிழ்ல ரொம்ப அபூர்வம்.

சுகுமாரன்: அந்தப் பட்டியல்ல பிச்சமூர்த்தியை வெச்சுப்போம். ஆனால் ஒரு புனைகதையாளராக அவர் வெற்றி பெறலைனுதான் எனக்குத் தோணுது. ஏன்னா இதைவிடவும் சிறந்த உதாரணங்களை மேதையான புதுமைப்பித்தன் முன்வைச்சிட்டுப் போய்ட்டார். கு.ப. ராஜகோபாலன் முன்வைச்சிட்டார். அதற்கு அடுத்த நிலைலதான் பிச்சமூர்த்தியுடைய கதைகளை நாம வைக்க முடியும்.

யுவன் சந்திரசேகர்: நான் சொல்ல வந்தது என்னனா, அவருக்கு கவிதைக்கும் உரைநடைக்குமான வித்தியாசம் ரொம்ப தெளிவா உள்ளுக்குள்ள இருந்திருக்கு. இப்போ தமிழ்ல ரெண்டு வடிவத்துலேயும் செயல்பட்ட பலபேர் இருக்காங்க. உதாரணங்கள் சொல்ல முடியும். அவங்க பிரதானமான உரைநடை எழுத்தாளர்னு சொன்னாக்க, அவங்களுடைய கதைகள்ல வரக்கூடிய ஒரு சந்தர்ப்பத்தை கவிதையா எழுதி பார்த்திருப்பாங்க. பிரதானமா கவிஞர்னு சொன்னாக்க, அந்தத் தெறிப்புகளை நீளமான வசனமா கதைகள்ல எழுதிப் பார்த்திருப்பாங்க.

பிச்சமூர்த்திகிட்ட இந்த வித்தியாசம் அல்லது பிரிவு ரொம்பத் தெளிவா இருக்கு. அவரோட ஒரு கவிதையைக்கூடக் கதையா எழுதிப் பாக்க முடியாது. ஒரு பிரத்தியேகமான கவித்துவத் தருணம். அதை மட்டுமே கவிதைல பிடிக்க முயற்சிச்சிருக்கார். அவருக்குக் கவிதையைப் பற்றிய அந்தரங்கமான அறிதல் ஒண்ணு பிடிபட்டிருக்கு. அதைத்தான் செஞ்சு பார்த்திருக்கார். அதுதான் அவர் நின்னதுக்கான முக்கியமான காரணமா எனக்குத் தோணுது. அந்த வடிவம் சம்பந்தமான முழுப் பிரக்ஞை.

சுகுமாரன்: அதை ஓரளவுக்கு நான் ஏத்துக்குறேன். கதைகளைப் பொறுத்த மட்டிலே சிறந்த கதைகளை எழுதி இருக்கார். "பெரிய நாயகி உலா" முடியக்கூடிய இடம், "தாய்" கதையினுடைய முடிவுக் கணம், "வானம்பாடி" கதை முடியக்கூடிய சந்தர்ப்பம், இது எல்லாமே ஒரு கவித்துவமான சந்தர்ப்பமாத்தான் இருக்கு. அதுதான் அவருக்கு உள்ள இருக்குற கவிஞனைத் தொடர்ந்து கவிதைகள்ல செயல்பட வைச்சிருக்குன்னு நினைக்கிறேன். இன்னும் சொல்லப்போனால், "பெட்டிக்கடை நாரணன்" ஒரு சிறுகதைக்கான கூறுகள் கொண்ட மையப்பொருள். ஆனால் அதை சிறுகதையா எழுதாம கவிதையா மாத்துறார் இல்லையா, அதுலதான் அவருடைய கவித்துவச் சார்பு தெரியுது.

யுவன் சந்திரசேகர்: *இந்தக் கதைத் தன்மை உள்ள ஆனா கவித்துவமான இன்னொரு இடம் ஞாபகத்துக்கு வருது.*

சுகுமாரன்: "தாயும் குஞ்சும்"

யுவன் சந்திரசேகர்: *ஆமாம். அந்தக் கவிதைல ஒரு கேள்வி இருக்கு. நீ எனக்கு அவ்வளவெல்லாம் புத்தி சொன்னியே அம்மா. கடைசில நீயும் இந்தச் சட்டிக்குள்ள எப்படி வந்து சேர்ந்தே? அப்படின்னு. அந்தக் கேள்வி அல்ல. அதுக்கு முன்னாடி இந்தக் குஞ்சு மீன் இருக்கில்லையா, அது ஒரு செடியோட சல்லிவேரைப் பிடிச்சு ஊஞ்சலாடுற காட்சி இருக்கு. இது ஆலமரத்து விழுதுகளைப் பிடிச்சு சிறுவர்கள் விளையாடுற மாதிரியான காட்சியை எனக்குள்ள உருவாக்குது. இந்த இடம்தான் அவரைக் கவிஞராக்குது. இந்த இடத்தை நீங்க சிறுகதையா எழுதுனா அதுக்கு இவ்வளவு வலு இருக்காது.*

சுகுமாரன்: இன்னொரு உதாரணமும் சொல்லலாம். அவருடைய "சிணுக்கம்" கவிதை. குளத்தின் சிறு அலைகள்கூடப் படியிடம் சிறுமூச்சு விட்டு விடை பெறும்னு ஒரு வரி வருது. அது ஒரு சிறுகதைக்குத் தேவையில்லாத, ஆனால் கவிதைக்கு முக்கியமான கணம். அப்படி கவிதைக்கான தருணங்களைக் கண்டுபிடிக்கக்கூடிய திறன் உள்ள ஒருத்தர், இயல்பான வடிவத்துல எழுதக்கூடிய கவிஞர், "குயிலின் சுருதி" மாதிரியான, யாப்புக்குத் திரும்பக்கூடிய முயற்சிகளை மேற்கொண்டார். அது எதனால? முன்னமே சொன்னமாதிரி, புதுக்கவிதை எழுத வந்த யாருக்கும் யாப்பு தெரியாதுன்னு புலவர் குழாம் வைச்ச புகாரை மறுப்பதற்காகவா? அல்லது, கவிதைக்கான சொற்கள், கவிதைக்கான மொழி, கவிதைக்கான நடை, தன்னிடமிருக்கும்போது யாப்புல அதை செஞ்சு பார்க்க முடியுமா அப்படிங்குறது ஒரு பரிசோதனையா இருந்திருக்குமா?

யுவன் சந்திரசேகர்: *இந்தக் கேள்விக்கு நாம நேரடியான பதில் கண்டுபிடிக்கவே முடியாது. ஏன்னா, இப்போ ஊத்துக்காடு வேங்கடசுப்பையர் தமிழ்ல மிகப் பிரமாதமான கீர்த்தனைகள்*

எழுதியிருக்கார். அதோட சமஸ்க்ருதத்துலேயும் எழுதிப் பார்த்திருக்கார். அது அவசியமே இல்லை. ஆனால் ஏன் பண்றார்? அப்போ இது படைப்பாளிகளுக்கு ஏற்படக்கூடிய கிறுக்குத்தனங்கள்ல ஒண்ணாக்கூட இருக்கலாம். இதுக்கு நாம புறக்காரணங்கள் தேடினோம்னாக்க, நூறு காரணங்கள் கிடைக்கலாம். ஆனால் அது எல்லாமே நாம கண்டுபிடிச்சதுதான்.

சுகுமாரன்: இல்லை. அதை அவ்வளவு சுருக்கிட முடியுமான்னு எனக்குத் தெரியலே. ஒரு படைப்பாளி எப்போதும் தன்னை மீறியே செயல்படணும்ங்குறது விரும்பக்கூடியது. அந்த வகையிலதான் பிச்சமூர்த்தி 1934இல் தொடங்கி 1977இல் அவர் மறைவு வரைக்கும் கவிதைகள் எழுதி இருக்கார். அந்தக் கவிதைகள் ஒவ்வொண்ணும் அந்தந்தக் காலத்துக்கான மாற்றத்தை அடைஞ்சுக்கிட்டேதான் இருந்திருக்கு. அவர் உரைநடையிலேயுமே சிறுகதை மட்டுமே எழுதினவர் இல்லை. சிந்தனைக் கட்டுரைகள் அப்படின்னு சொல்லக்கூடிய "மனநிழல் கட்டுரைகள்" எழுதி இருக்கார். "மனநிழல்" அப்படிங்குற வடிவத்தையே உருவாக்கியிருக்கார். அப்படித்தான் ஒரு பரிசோதனையா யாப்புல கவிதை எழுதி இருக்கணும்னு எனக்குத் தோணுது. ஆனால் அது தோல்வி அடைந்த முயற்சிங்குறது வேறு யாரையும்விட மிகத் தெளிவாத் தெரிஞ்சது அவருக்குத்தான். அதுனாலதான் தொடர்ந்து புதுக்கவிதைல செயல்பட்டிருக்கார். அதை வளப்படுத்தி இருக்கார்.

யுவன் சந்திரசேகர்: இந்த இடத்துல இன்னொண்ணும் சொல்லத் தோணுது. நீங்க 1977னு சொன்னீங்க இல்லையா. அந்தக் கட்டத்துலதான் முன்னே சொன்ன சுதந்திர தின வெள்ளி விழா பற்றிய கவிதையை எழுதியிருக்கார். "வெள்ளி விழா"ன்னே தலைப்பு. அது கவிதையா மேல ஏறவே ஏறாத வெறும் துணுக்கு. அதையும் பண்ணிப் பார்த்திருக்கார். சரியா வரலே. அவரோட முதன்மையான களம் வேதாந்த விசாரம்தான். அதுல இருக்குறவரைக்கும் அது சார்ந்த யோசனைகளும் காட்சிகளும் அவருக்கு வந்துக்கிட்டே இருந்திருக்கு. அது இல்லாமல், எப்போவெல்லாம் தரையைத் தொட நினைச்சிருக்காரோ அப்போவெல்லாம் தோத்திருக்கார்னு சொல்லத் தோணுது.

சுகுமாரன்: இல்லை. அதுல எனக்கு மாறுபட்ட அபிப்பிராயம் இருக்கு. பிச்சமூர்த்தியுடைய மொத்தக் கவிதையையும் படிக்கிறபோது அதுல ரெண்டு அம்சம் பிரதானமா இருக்குன்னு நான் நம்புறேன். "பிச்சமூர்த்தி: கலைமரபும் மனிதநேயமும்" புத்தகத்தை எழுதின சுந்தர ராமசாமியும் இதை அங்கீகரிக்கிறார்ங்குறதுனால இதை அவர் சொன்னதாகவும் எடுத்துக்கொள்ளலாம். ஒண்ணு, நாம் வாழ்ந்துகொண்டிருக்கக்கூடிய வாழ்க்கை மீதான விமர்சனத்தை பிச்சமூர்த்தி தொடர்ந்து முன்வைச்சிருக்கார். "பெட்டிக்கடை நாரணன்" அப்படியான ஒண்ணு தான். அடுத்து வந்த பல கவிதைகளும் அது

மாதிரியானதுதான். "பூக்காரி", உலகப்போரை ஒட்டி நடந்த நாசங்களைப் பற்றிப் பேசக்கூடிய கவிதை. அதே தொனியிலதான் 'வெள்ளி விழா' கவிதையையும் எழுதி இருக்கார். "கையில் பார்த்தேன், வெறும் கமாதான் இருந்தது. . ."

யுவன் சந்திரசேகர்: *அது வேற கவிதை. வெள்ளி விழா வந்து "சவுக்குப் பட்டைகளை உரித்தெடுத்த கிழவிக்கு ஆதாயம் குறைப் பிரசவம்".*

சுகுமாரன்: இதுலே ஒரு வெறுமையைச் சொல்றார் இல்லையா. இது எல்லாமே வாழ்க்கை மீதான அவருடைய விமர்சனம் அப்படின்னு எடுத்துக்கலாம். ரெண்டாவது, பெரும்பாலான கவிதைகள்ல ஒரு மனித நேயத்தை உணர்த்தக்கூடிய குரலாகத்தான் அவருடைய கவிதைகள் வெளிப்படுது. இது அவருடைய ஆரம்பகாலக் கவிதையான 'ஒளியின் அழைப்பு'ல இருந்தே தொடங்குது. அப்போ அவருடைய வேதாந்த சிந்தனை அப்படிங்குறது என்ன? அது கவிதைக்குள்ள என்னவா செயல்பட்டிருக்கு?

யுவன் சந்திரசேகர்: *பல நேரங்கள்ல வெளிப்படையாகவும். பல நேரங்கள்ல பூடகமாக அல்லது கேள்வி வடிவுலேயும் அது வெளிப்படுது. அவருடைய பிரபலமான கேள்வி ஒண்ணு இருக்கில்லையா, "அழகென்ன மீனா?" அப்படிங்கிற கேள்வி. அப்போ இது அழகைப் பத்தினது அல்ல. நீங்க இந்த இடத்துல அமைதின்னு சொல்லலாம், சமாதானம்னு சொல்லலாம், சாந்தம்னு சொல்லலாம். இப்படி நீங்க என்ன வார்த்தையை வேணும்னாலும் நிரப்பிக்கிட்டே போகலாம். இப்போ ஓசையின் தூண்டிலில் ஏதோ ஒன்று இருந்துகிட்டே இருக்கு. இதே மாதிரி கு.ப.ரா. "தந்தியை மீறின நாதம்"னு ஒண்ணு சொல்றார் இல்லையா, இது எல்லாமே பருவுலகம் சாராத, பருவுலகத்துக்கு அப்பாற்பட்ட, ஏதோ ஒரு கவலையை முன்வைக்கிறது. இதை ஒருவிதமான வேதாந்த விசாரம்னுதான் கருதுறேன்.*

சுகுமாரன்: *சரிதான்.*

யுவன் சந்திரசேகர்: *பிச்சமூர்த்திகிட்டே எனக்கு இருக்கும் இன்னொரு ஆச்சரியம், அவரோட படைப்பு மனம் ஒரே சமயத்தில இரண்டு தளங்களில் இயங்கியிருக்கிற மாதிரித் தென்படுது. தமிழ் நவீனத்துவ கவிதையின் உருவத்தை நிர்ணயித்தவரா இருக்கிறவர், பேசுபொருளைப் பொறுத்தவரை பழமைவாதியாய்த் தென்படுறது கவனத்தை ஈர்க்குது.*

மரபை மீறிய உருவத்தில கவிதைகளை எழுதினாலும், பிச்சமூர்த்திக்குள் இருந்த பழைய ஆளுக்கு உதாரண வரி ஒண்ணு: 'கூண்டிலிருக்கும் கிளிக்குஞ்சே. . . பஞ்சரமாகா வெளியில் உனக்கு

வைரிகள் அனந்தம்'. இந்த வரிக்கும், 'விட்டு விடுதலையாகி நிற்பாய் - அந்தச் சிட்டுக்குருவியைப் போலே'ங்கிற பாரதியின் வரிக்கும் உள்ள வேறுபாடு எவ்வளவு ஆழமானது!

இரண்டுக்குமான அர்த்தச் செறிவில் இருக்கிற வேறுபாட்டுக்கு ஈடாக, முன்னதில சரிபாதி வடமொழிச் சொற்களாகவும், பின்னதில் முழுத் தமிழும் இருக்குறதையும்கூடக் கணக்கிலெடுக்கலாம்!

பாரதிக்கும் பிச்சமூர்த்திக்கும் இடையே இன்னொரு முக்கியமான வேறுபாடும் உண்டு. பாரதி வெண்பாவும் கலிப்பாவும் எழுதலையே தவிர (ஒரு சில சந்தர்ப்பங்கள்ல ஆசிரியப்பா எழுதியிருக்காரு!) சந்தத்திடமிருந்தும் தாளத்திடமிருந்தும் விடுபட்ட சந்தர்ப்பங்கள் மிகக் குறைவு. வசன கவிதை, 'வந்தே மாதரம்' பாடலோட மொழிபெயர்ப்பு, பாஞ்சாலி சபதத்தில வர்ற சூரியோதய வர்ணனை ன்னு மிகச் சில சந்தர்ப்பங்கள்ல மட்டுமே உருவசோதனை செய்திருக்காரு. பிச்சமூர்த்தி அதில முதன்மையான முன்னோடி. முழுக்க முழுக்க நவீன வடிவத்தில எழுதி இயங்கினவர். ஆனா, பாடுபொருள் அடிப்படையில பார்த்தா, பாரதியைவிடவும் பழையவராத் தெரியிறவர்!

அப்பறம், இன்னொரு கேள்வி.

அத்வைதம் நிரம்பிய பிச்சமூர்த்தியும், வெறுமையை முன்வைக்கிற நகுலனும், கிட்டத்தட்ட ஒரேவிதமான பார்வைக்கோணம் கொண்டவங்கன்னு சொன்னா சரியாய் இருக்குமா. இரண்டு பேருமே, கவிதையை ஒரு தாண்டுதளமாப் பயன்படுத்தி, தத்துவ விசாரத்தை முன்னிறுத்த முயன்றவங்க. முன்னவர், ஓசையின் பிடியிலருந்து முழுக்க விடுபடாதவர். நகுலன், தடைகள் தளைகள் எல்லாத்தையும் உடைச்சு, உரைநடைக்கு மிக நெருக்கமாய்த் தன் வரிகளை அமைச்சவர்.

சுகுமாரன்: ஒரு நேர்காணல்ல ந. பிச்சமூர்த்தி தன்னை ஒரு வேதாந்தின்னு குறிப்பிட்டுச் சொல்கிறார். நகுலன் அப்படிச் சொல்லலைன்னாலும் வேதாந்தக் கருத்துகளைத் தன்னுடைய கவிதைகள்ல பயன்படுத்தியிருக்கிறார். ஆன்மீகவாதிகள்னு சொல்லப்படுகிற யாருடைய பெயரையும் யாருடைய மேற்கோலையும் பிச்சமூர்த்தி முன்வைத்தது இல்லை. பொதுவான ஆன்மீகக் கருத்துகளையோ கேள்விகளையோதான் முன்வைத்திருக்கிறார். ஆனால் நகுலன் அவருடைய கவிதைகளில் திருமூலர் முதலான சித்தர்களொட கருத்துகளையும் வரிகளையும் எடுத்தாண்டிருக்கிறார்.

இரண்டு பேரும் ஆன்மீகம் அல்லது வேதாந்தத்தில ஈடுபாடு கொண்டவர்களாக இருந்தார்கள் என்பது பொதுவான இயல்புன்னு சொல்லலாமே தவிர இரண்டு பேரும் ஒரே பார்வையும் கோணமும்

கொண்டங்கன்னு சொல்ல முடியாதுன்னு நினைக்கிறேன். கவிதையோட வடிவத்தைப் பொறுத்து நீங்க சொல்வதுபோல பிச்சமூர்த்தி ஓசையின் பிடியிலிருந்து விலகாதவர். நகுலன் தளைகளைப் பொருட்படுத்தாதவர்.

பிச்சமூர்த்தி வலியுறுத்தற வேதாந்தம் அல்லது அத்வைதம் அல்லது ஆன்மீகம் இந்திய மரபில் தொன்று தொட்டு வர்ற ஒண்ணுன்னுதான் தோணுது. அந்த மரபில் காலங்காலமாக எழுப்பப்பட்ட கேள்விகளுக்கு அளிக்கப்பட்ட பதில்களைத்தான், கருத்துகளைத்தான் அவர் திரும்பச் சொல்கிறார். ஏற்கெனவே உள்ள பதில்களைத்தான் தன்னுடைய கண்ணாடியில் பிரதிபலிக்கச் செய்கிறார்னு நினைக்கிறேன்.

நகுலன்கிட்ட வர்றபோது நிலைமை முற்றிலும் மாறுதுன்னு பார்க்கிறேன். அவர் மரபான சிந்தனையை அப்படி ஏத்துக்கறதில்ல. ஆனால் அந்தச் சிந்தனையின் பாதிப்பில் தன்னுடைய இன்றைய இருப்பைப் பொருத்திப்பார்க்கிறார். பிச்சமூர்த்தியோட ஆன்மீகப் பார்வையில் அன்று மகத்தானதாக இருந்த பழைய ஒன்று இப்போ ஏன் இல்லைங்கிற ஆதங்கம் தொனிக்குது. நகுலன் பார்வையில இப்போ இருக்கிற நிலையில தன்னோட இடம் , தன்னோட பங்கு, தன்னோட முக்கியத்துவம் என்னங்கிற கேள்விகள் எழுந்து வருது. ஏதோ ஒண்ணு இருக்குங்கிற ஆன்மீக ஆறுதல் பிச்சமூர்த்தியுடையது, எதுவும் இல்லைங்கிற ஆன்மீகத் தவிப்பு நகுலனோடதுன்னு சொல்லலாம்.

நீங்க சொன்னதுபோல பிச்சமூர்த்தியுடைய ஆன்மீகம் நிறைவு கொண்டது. நகுலனுடையது வெறுமை நிரம்பியது. அத்வைத நிலையில ரெண்டும் ஒண்ணுதானே, இல்லையா? ஓர் அர்த்தத்தில இருப்பதற்கும் இல்லாததற்கும் அப்பாற்பட்டதுதானே ஆன்மீகம்.

யுவன் சந்திரசேகர்: இறுதியா இரண்டு கேள்விகள். பிச்சமூர்த்தியை முன்னிட்டு, சமகாலத் தமிழ்க்கவிதை நிலவரம் பற்றிய கேள்விகள்ன்னு சொல்லலாம். ஆரம்பத்தில இன்றைய கவிஞனுக்கு ந. பிச்சமூர்த்தியின் பொருத்தப்பாடு என்னன்னு ஒரு கேள்வி எழுந்தது, இல்லையா?

சங்ககாலக் கவிதைகள் உள்பட, பழந்தமிழ் இலக்கியங்கள்ல உள்ள நுட்பங்களை நுணுகி நுணுகி ஆராய முற்படுற கல்விப்புலத் தரப்பு; தற்காலக் கவிதையுடைய போக்கையும், வரிவடிவத்தையும் ஒழுங்குபடுத்திக் கொடுத்த பிச்சமூர்த்தி மாதிரியான ஆரம்பகர்த்தாக்களைப் படிச்ச தடயமே தென்படாத இன்றைய தலைமுறை; இந்த இரண்டு தரப்புகளிடையே சமகாலக் கவிதையோட நிலை பற்றி என்ன நினைக்கிறீங்க!

சுகுமாரன்: நீங்க சொல்ற இரண்டு தரப்புமே கவிதையைச் சார்ந்தவைதானே தவிர கவிதையாக்கத்தோட நேரடி உறவு இல்லாதவை.

கவிதையைத் தெரிந்து கொள்ளவும் மேலும் புரிந்து கொள்ளவும் ஓரளவுக்கு உதவக் கூடியவை. கவிதையை நுணுகி ஆராயும் தரப்பு கவிதையை உருவாக்காது. அதேபோல கவிதையின் முன்னுதாரணங்களைத் தெரிந்துகொண்டதால் மட்டுமோ அல்லது முன்னோடிகளைத் தெரிந்து கொண்டதால் மட்டுமோ இளைய தலைமுறையைச் சேர்ந்த ஒருவர் கவிதையை உருவாக்கிவிடவும் முடியாது.

ஒரு மொழியில தொடர்ந்து எழுதப்பட்ட கவிதைகள் ஒரு கவிதை மொழியை உருவாக்குது. சங்ககாலக் கவிதை முதல் இன்றைய கவிதைவரை மொழியில் ஒரு கவிதை மொழி , பொயட்டிக் இடியம் செயல்படுதுன்னு நம்பறேன். தமிழ்க் கவிதையில் மட்டுமில்ல, கவிதை வடிவத்தைக் கொண்ட எல்லா மொழியிலும் அப்படி ஒண்ணு இருக்கும். அதுதான் நிரந்தரமானது. கல்விப் புலம் சார்ந்த ஆராய்ச்சியேகூட அந்தக் கவிமொழியின் உருவாக்கத்தையும் இயக்கத்தையும் பற்றியதுதான். அதேபோலத்தான் புதிதாகக் கவிதை எழுத வருபவனிடமும் அந்தக் கவிதை மொழி செயல்படும். அவன் பிச்சமூர்த்தியையோ அவர் மாதிரியான முன்னோடிகளையோ வாசிக்காமல் இருக்கலாம். தெரிஞ்சுக்காமல் இருக்கலாம். ஆனால் பிச்சமூர்த்தி உட்பட இதுவரை கவிதையாக்கத்தில் ஈடுபட்டவர்களை உள்ளடக்கிய கவிதை மொழி , பொயட்டிக் இடியம் இருக்கில்லையா, அது அவனையறியாமலேயே கவிதையில் செயல்படும். அப்படி செயல்படறதுனாலதான் புதிதாக எழுதப்பட்ட கவிதையும் பொருள் படுகிறதுன்னு நினைக்கிறேன். கவிதை தொடர்ச்சியாக நிலைநிற்கக் காரணமும் அதுதான். சமகாலக் கவிதைகளிலும் அது இருக்குன்னு நம்பறேன். அது இருப்பதனாலதான் கவிதை தொடர்ச்சியானதாகவும் ஆரோக்கியமானதாகவும் இருக்கு. கவிதையின் பேசு பொருள்கள் மாறலாம் . நடை மாறலாம். வடிவம் மாறலாம். ஆனா கவிதைங்கிற உணர்வு நிலையா இருக்கும் இல்லையா?

யுவன் சந்திரசேகர்: இரண்டாவது கேள்வி, கவிஞன் கோட்பாட்டையோ கொள்கையையோ கொண்டவனாத்தான் இருந்தாகணும்ங்கிற சமகால நிர்ப்பந்தம் எங்கிருந்து வருது? கவிதைங்கிற பெருவடிவத்தின் சுயேச்சைத் தன்மையையே மறுக்கிறதாகத் தென்படும் இந்த நிர்ப்பந்தம், கவிமனத்தின் சுயேச்சைத் தன்மைக்கும் விரோதமானது இல்லையா? இதன் பின் இருக்கிற நுண்ணரசியல் வற்புறுத்தல் என்னங்கிறதையும் யோசித்துப் பார்க்கணும். சமகால அரசியல் கலப்புள்ள கவித்துவத்தை மட்டுமே ஏற்பேன்ங்குறது ஒரு தரப்பு வாதமில்லையா? இறுக்கமான ஒரு மதிப்பீட்டில, சங்கக் கவிதைகளில் 99 சதவீதம் நிலப் பிரபுத்துவ மதிப்பீடுகள் கொண்டவைதானே?!

மாற்று உதாரணமா, சமூகம் என்ற அமைப்பே புற ஒழுங்கு மட்டுமே என்கிற மாதிரி, விலகி நின்னு பார்க்கும் ஜென் கவிதைகளைச் சொல்லலாம்.

உபரிக் கேள்வியா, அரசியல் மற்றும் சமூகவியல் கருதுகோள்களை முன்னிறுத்தி மட்டுமே கவிதைகள் எழுதப்படணும்ங்கிற நிபந்தனை, தத்துவத்திலிருந்து சமகாலக் கவிதை விலகிப் போகுறதுக்கான அறிகுறியா?

சுகுமாரன்: கவிதையோட ஜீவித நியாயம் எளிமையானது. அது கவிதையா இருக்கணும் என்பதுதான். நீங்க சொன்ன மாதிரி அதற்குன்னு தன்னிச்சையான இருப்பு இருக்கு. அதனாலதான் இவ்வளவு காலமாகவும் கவிதை இருந்துகிட்டே இருக்கு. அந்தச் சுயேச்சையான இருப்புனால்தான் இன்னொன்றுக்குத் துணையாகவும் இருக்கு. தத்துவத்துக்கோ, அரசியலுக்கோ ஒத்தாசையாவும் இருக்கு. கவிதை அப்படித்தான் இருக்கும். ஒரு சுடர் இருக்கு. அதைத் தூண்டிவிட்டு விளக்காக எரியவிடலாம். ஊதி பந்தமாகக் கொளுத்தலாம். விசிறி ஊரையே பத்த வைக்கலாம். ஆனால் சுடர் சுடராகவே இருக்கும் இல்லையா? கவிதை அப்படியான சுடர்தான். அதற்குப் பல தொழில்கள் இருக்கக் கூடும். மனுஷங்களோட உணர்வுகளை வெளிக்காட்ட வெவ்வேற வடிவம் எடுக்கக் கூடும். தத்துவ விசாரமாகவும் பிரச்சாரமாகவும், கேளிக்கையாகவும் மாறலாம். அதெல்லாம் கவிதையின் தற்கணத் தொழில்கள். மொழிக்கும் அது புழங்குகிற சமூகத்துக்கும் அதெல்லாம் தேவையாத்தானே இருக்கு.

ஆனால் கவிதை இறுதியில் கவிதையாகத்தான் இருக்கும். அப்படி இருப்பதுதான் காலத்தைத் தாண்டி நிற்கும். கொக்கு கவிதையில பிச்சமூர்த்தியும் அதைத்தானே சொல்கிறார்.

வாழ்வு குளம்
செயலும் கலை.
. . . . . .
சிலவேளை மீனழகு
பலவேளை நிழலழகு'ன்னு.

யுவன் சந்திரசேகர்: முடிவாச் சொல்லணும்னா, நவீன இலக்கிய வடிவங்களிலயே, தமிழ்ல அதிகமாக் கையாளப்பட்டிருப்பது கவிதைதான்! ஆரம்ப வருடங்கள்லெ புதுக் கவிதைய 'அகண்ட காவிரி' ஆகிவிட்டதாக நம்பிய ந பிச்சமூர்த்தி, இன்றைக்கு இருக்குற எண்ணிக்கையையும், நிலையையும் பார்த்தா அதிர்ந்தே போவார்! ஆனாலும், இதன் மூலச் சுனைகளில் முதன்மையானவர் என்கிற பெருமையை ஒருபோதும் இழக்க மாட்டார்!

அட்டப்பாடி சத் தர்ஷனில் 2022 செப்டம்பர் 6,7 தேதிகளில் பதிவு செய்யப்பட்ட உரையாடல்.
ஒலிப்பதிவிலிருந்து எழுத்தாக்கம்: விக்னேஷ் ஹரிஹரன்